D1679781

காலம் தந்த

காமராசர்

முகிலை இராசபாண்டியன்

PEN BIRD™
PUBILCATIONS

+91 8220063246 | penbirdpublications@gmail.com | www.penbird.in

காலம் தந்த காமராசர்
முகிலை இராசபாண்டியன்©

Kaalam Thandha Kamarajar
Muhilai Rajapandian©

முதல் பதிப்பு   - ஜூலை 2024
PB #16   - வரலாறு   ISBN: 978-81-969269-1-5
வடிவமைப்பு   - நா.கௌசிகன்   Rs. 160

Printed by: Real Impact Solutions, Chennai – 600 004.

இந்நூலின் எந்தவொரு பகுதியையும் ஆசிரியர் மற்றும் பதிப்பாளரின் எழுத்து பூர்வ அனுமதியின்றி அச்சு மற்றும் மின்னணு வழியே நகல் எடுப்பது, ஒலிப்பதிவு செய்து வெளியிடுவது, துண்டுப் பிரசுரமாக அச்சிட்டு வெளியிடுவது போன்ற செயல்கள் பதிப்புரிமைச் சட்டத்தின்படி தடை செய்யப்பட்டுள்ளது.

பொருளடக்கம்

1. காலம் தந்த காமராசர் — 15
2. காமராசர் கலந்துகொண்ட போராட்டங்கள் — 20
3. நாட்டுக்காக நான்குமுறை சிறையில்! — 28
4. தமிழ்நாடு காங்கிரசின் தலைவர் — 34
5. முதல்வர்களை உருவாக்கிய முதல்வர் — 38
6. காமராசர் திட்டம் — 48
7. அகில இந்திய காங்கிரஸ் தலைவர் — 52
8. பிரதமர்களை உருவாக்கிய பெருந்தலைவர் — 58
9. திருவிதாங்கூர்த் தமிழர் போராட்டத்தில் காமராசர் — 62
10. காமராசரும் காந்தியடிகளும் — 69
11. காமராசரும் நேருவும் — 76
12. அயல்நாடுகளில் காமராசர் — 80
13. காமராசர் ஆட்சி — 83
14. காமராசரின் பண்புகள் — 91
15. காமராசர் மறைந்தார் — 112
16. இரங்கல் செய்திகள் — 118
17. தலைவர்கள் பார்வையில் காமராசர் — 120
18. காமராசரின் வாழ்க்கைத் தடம் — 125

அணிந்துரை

இலக்கியச் செல்வர்

டாக்டர் குமரி அனந்தன்

காமராஜர் தமது வாழ்நாளில் இந்தத் தேசத்தை நினைக்காமல் இருந்த நேரம் எது என்று எண்ணிப் பார்த்தால் அப்படி ஒரு நேரத்தை நம்மால் கற்பனை செய்துகூடப் பார்க்க முடியாது. எப்போதும் அவருக்கு இந்த நாட்டைப் பற்றிய எண்ணம்தான்.

இந்தியாவுக்கும் பாகிஸ்தானுக்கும் போர் நடந்துகொண்டிருந்த நேரம்...

காமராஜர் மிகவும் கவலையோடு இருந்தார். அவரது வாட்டத்தைக் கண்ட நான் அவரிடம், "சீனா, எவ்வளவு பெரிய நாடு. அந்தச் சீனாவுடன் போர் நடந்தபோதுகூட மனம் தளராமல் நிதித் திரட்டினீர்கள். பாகிஸ்தான் ஒரு சின்ன நாடு. இதனுடன் போர் ஏற்பட்டதற்கு இவ்வளவு சோர்ந்துவிட்டீர்களே!" என்று கேட்டேன்.

அதற்குப் பெருந்தலைவர், "சீனா பெரிய நாடு தான்னேன். இல்லைங்கலை. ஆனா, அவன் இந்த நாட்டுக்குள்ளே வந்தான்னா அவனை நமக்குத் தெரியும்னேன். அவன் சப்பை மூக்கு நமக்குத் தெரியும்னேன். ஆனா, பாகிஸ்தான்காரன் இங்கே வந்தான்னா நமக்கும் அவனுக்கும் வித்தியாசம் தெரியாதுன்னே. அவன் இங்கேயே இருந்தவன். அவனுக்கு இங்கே உள்ள சந்து பொந்து எல்லாம் தெரியும்னேன்" என்று தமது கவலைக்கான காரணத்தைக் கூறினார்.

இப்படி நாட்டைப் பற்றிக் கவலைப்பட்ட பெருந்தலைவர் இந்த நாட்டை முன்னேற்றுவதற்குரிய ஒரே வழி, கல்விதான் என்று தமது ஆட்சிக் காலத்தில் இலவசக் கல்வியை அறிமுகப்படுத்தினார்; மதிய உணவுத் திட்டத்தை அறிமுகப்படுத்தி மாடு மேய்த்துக்கொண்டிருந்த சிறுவர்களும் பள்ளிக்கூடத்திற்குப் போய்ப் படிப்பதற்கு வகை செய்தார்.

கல்வி தந்த அந்தக் காமராஜரைப் பற்றிய வரலாற்றை, 'காலம் தந்த காமராசர்' என்ற தலைப்பில் முகிலை இராசபாண்டியன் எழுதியுள்ளார்.

காமராஜரின் இதயத்தில் சுரந்து, வாயில் வார்த்தைகளாக வந்தவற்றைத் தேடி, பொருத்தமானவற்றைத் தேர்ந்தெடுத்து ஒவ்வோர் அத்தியாயத்திலும் முகப்பு அமைத்துள்ளார்.

குறளோவியம் போல் அமைந்த அச்சொற்சித்திரத்திற்கு விளக்கவுரை அமைவதுபோல் பெருந்தலைவரின் வாழ்க்கையில் நிகழ்ந்த நிகழ்ச்சிகளை அமைத்துள்ளார்.

ஆக, எடுத்த எடுப்பிலேயே நூல் அமைப்பு முறையை செம்மையாக செய்திருப்பதைப் பாராட்ட வேண்டும்.

ஒவ்வோர் அத்தியாயத்திலும் துணைத் தலைப்புகளையும் கொடுத்திருக்கிறார். சில தகவல்களைத் தொகுத்திருக்கும் விதமும் பாராட்டுக்குரியது ஆகும்.

அகஸ்தீஸ்வரத்தில் பிறந்த நான், என் தந்தையார் நடத்திய தறிகளுக்குக் கதர்ச் சிட்டங்கள் வாங்குவதற்குக் கதர்த் துணியில் தைத்த அரைக்கால் சட்டை அணிந்துகொண்டு முகிலை இராசபாண்டியன் பிறந்த ஊராகிய முகிலன் குடியிருப்பிற்குச் சென்றிருக்கிறேன்.

வடிகாதில் பாம்படங்கள் அசைந்தாட நரை கூடிய மூதாட்டிகளும் இளம்பெண்களும் பூவரசமர நிழலிலும் புளியமர நிழலிலும் வீட்டுக்கு முன்னாலிருக்கும் பனந்தோப்பு, தென்னந்தோப்புகளிலும் அமர்ந்து நூல் நூற்றுக் கொண்டிருக்கும் போது அவர்களிடம் சிட்டங்களை வாங்கியிருக்கிறேன்; தலையில் சுமந்துசென்று அவற்றை என் தந்தையிடம் கொடுத்திருக்கிறேன். நான் நூல் வாங்கிய இடத்தில் தோன்றிய முகிலை இராசபாண்டியன், என்னை அரசியலில் ஆளாக்கிய பெருந்தலைவரைப் பற்றி நூல் எழுதியிருப்பதை எண்ணி மகிழ்கிறேன்.

காலம் தந்த காமராசர் என்ற தலைப்பே தமிழ் மக்களுக்கு நல்ல காலம் தந்த காமராஜர் என்ற பொருளையும் தந்துவிடுகிறது. பக்கத்திலிருந்து அதிகம் பார்க்காத இளைஞரான முகிலை இராசபாண்டியன், புத்தகங்களின் துணையுடன் இத்தனை அருமையான கருத்துக்களைத் தேனீ போல் சேகரித்துத் தந்துள்ளார்.

எளிய நடையில், ஆனால் இனிய நடையில் எழுதப்பட்டுள்ள இந்நூல் பள்ளி மாணவர்கள் தொடங்கிப் பல்கலைக்கழக மாணவர்கள்வரை படித்து இன்புறும் வகையில் அமைந்துள்ளது.

காமராஜரது நினைவு அனைவர் உள்ளத்திலும் இணைந்து இரண்டறக் கலந்து நிலைபெறச் செய்யும் முயற்சியில் எழுத்தாளர் வெற்றிபெற்றுள்ளார். அவர் மேலும் பல நூல்களைத் தமிழுக்குத் தர இறையருளை வேண்டுகிறேன்.

குமரி அனந்தன்

வாழ்த்துரை

புலவர் கு. பச்சைமால்
தமிழாலயம், சாமிதோப்பு

காமராசர் ஒரு தனி மனிதர் அல்லர். தமிழகத்தில் சுதந்திர இயக்கம் அவர் வடிவத்தில் வெளிப்பட்டது.

இந்தியா உலகுக்கு அளித்த இரண்டாவது மகாத்மா காமராசர்.

அரை நூற்றாண்டு தமிழக வரலாற்றில் காமராசர் வரலாறும், அரை நூற்றாண்டு காமராசர் வரலாற்றில் தமிழக வரலாறும் செறிவாகப் பதிந்துள்ளன.

காமராசருக்குக் காலம் அளித்த வாய்ப்பினால் காந்தியடிகளின் தலைமையின்கீழ் நாட்டுத் தொண்டாற்றும் பேறு கிடைத்தது. நோபல் பரிசுபெற்ற பிரபல ஃபிரெஞ்சு அறிஞர் ரோமெய்ன்ரோலந்து, காந்தியடிகளின் பீடத்தை இந்தியாவின் உந்திக் கமலம் என்றார். அந்த உந்திக் கமலத்தில் பூத்த அழகிய மலர்களில் காமராசர் ஒரு மலர். இதன் நிறம் – கறுப்பு; இதழ் – தொண்டு ; மணம் – தேசபக்தி; தேன் – சுதந்திரம்.

டயர் நடத்திய ஜாலியன் வாலாபாக் படுகொலையை அறிந்த பலரும் அனுதாபப்பட்டனர். ஆனால் காமராசர் ஆத்திரப்பட்டார்; அடங்காத கோபம் கொண்டார். அந்தக் கோபமே அவரை நாட்டுத் தொண்டுக்குக் கூட்டிச் சென்றது.

சாஸ்திரியையும் இந்திராவையும் பிரதமர் ஆக்கிய போது மட்டும் அவர் கிங்மேக்கர் அல்லர். தமிழக அரசியலில் ஓமந்தூர்

ராமசாமி ரெட்டியாரையும், குமாரசாமி ராஜாவையும் முதலமைச்சர் ஆக்கியபோதே அவர் தலைவர்களை உருவாக்கிய தலைவர்தான்.

இத்தகைய காமராசர் பற்றிப் பல நூல்கள் வந்துள்ளன. அவற்றுள் டாக்டர் முகிலை இராசபாண்டியன் அவர்கள் தந்துள்ள 'காலம் தந்த காமராசர்' அற்புதமான படைப்பு ஆகும். பெரிய முயற்சியில் உருவான அரிய படைப்பு இது.

உள்ளம் தொடும் உணர்வுகள், உணர்வூட்டும் காட்சிகள், ஒப்பற்ற தொகுப்புமுறை, விவாதத் தமிழ்நடை மற்றும் புகைப்படங்கள் ஆகியவற்றால் அணிபெற்றுக் கோபுரம்போல் பொலிகிறது நூல்.

முகிலை இராசபாண்டியன் இளைஞர்களில் அறிஞர்; ஆசிரியர்களில் இலட்சியவாதி; தமிழ் வரலாற்றில் புதிய தடம் பதிப்பவர். காமராசரைக் காலம் தந்த தலைவராகக் கண்டு... உணர்ந்து... உருகி... எழுதியுள்ளார். பெருந்தலைவரைக் காலம் தந்த பரிசாகக் காண்பதே பார்வையில் சிறந்த பார்வை. இதற்காக ஆசிரியரைப் பாராட்டிப் போற்றி வாழ்த்துகிறேன்.

கு. பச்சைமால்

என்னுரை

1971ஆம் ஆண்டு நடைபெற்ற நாடாளுமன்றத் தேர்தலில் பெருந்தலைவர் காமராசர், நாகர்கோவில் தொகுதியில் வெற்றி பெற்றார். நாகர்கோவில் தொகுதியில் உள்ள வாக்காளர்களுக்கு நன்றி தெரிவிக்க வந்த காமராசர், அருகிலுள்ள ஊர்களுக்கும் வந்தார். அப்போது எங்கள் ஊராகிய முகிலன் குடியிருப்புக்கும் வந்தார்.

மாலை போடுவதைக் காமராசர் விரும்புவதில்லை. கதர் ஆடை அல்லது கதர்நூல் சிட்டங்களை மட்டும்தான் கழுத்தில் அணிந்துகொள்வார். எங்கள் ஊருக்கு வந்த காமராசருக்குக் கதர்நூல் சிட்டத்தை அணிவிப்பதற்கு நானும் காத்து நின்றேன். என்னைப்போல் நூற்றுக்கணக்கான சிறியவர்களும் பெரியவர்களும் காத்து நின்றார்கள். காமராசர் வந்த கார் நெடுஞ்சாலையிலேயே நிறுத்தப்பட்டது. காமராசரும் மற்றவர்களும் நடந்து வந்தார்கள்.

'காமராஜர் வாறாரு... காமராஜர் வாறாரு...' என்று ஒரே சத்தம். 'பெருந்தலைவர் காமராஜ்க்கு... ஜே! கர்ம வீரர் காமராஜ்க்கு ஜே...' என்று எல்லோரும் ஒருமித்தக் குரலில் முழங்கினார்கள். காத்து நின்ற எல்லோரும் கதர் ஆடை அணிவது வரை பொறுமையாகக் காமராசர் நின்றார். நானும் கதர்ச்சிட்டத்தைப் போடுவதற்குச் சென்றேன். என்னால் அந்த உயர்ந்த உருவத்தை ஒரே பார்வையில் பார்க்க இயலவில்லை. அவராலும் எனது உருவத்தின் அளவிற்குக் குனிய இயலவில்லை. என்னால் அந்தச் சிட்டத்தைக் காமராசருக்குப் போட இயலவில்லை. எனக்கு அருகில் நின்றவர்தான் அந்தச் சிட்டத்தை வாங்கி, காமராசருக்கு அணிவித்தார்.

காமராசர் அந்த இடத்தைவிட்டுச் சிரித்த முகத்துடன் நகர்ந்து சென்றுவிட்டார். எனக்கும் அவர் பின்னால் போகவேண்டும் என்று

ஆசை. பத்து அடி முன்னால் போயிருப்பேன். காமராசரைப் பார்க்க வந்திருந்த என் தாயார், சித்தி மற்றும் பலர் நின்றுகொண்டிருந்த பெண்கள் கூட்டத்திலிருந்து எங்கள் அம்மா என்னை அழைத்தார். நான் கேட்டும் கேட்காததுபோல் முன் நோக்கி நடந்தேன். சிறிது நேரத்தில் எனது முதுகில் 'பொத்' என்று ஓர் அடி விழுந்தது. அடி வலிக்கவில்லை. அம்மா என் கையைப் பிடித்து இழுத்தபடி வீட்டுக்கு நடந்தார்கள்.

வீட்டுக்குப் போனாலும் எனது கண்களில் காமராசரின் உருவம் அப்படியே நின்றது. வெள்ளை வெளேர் என்று பளிச்சிட்ட வெள்ளைக் கதர்ச்சட்டையும் முழங்கைவரை அது தொங்கிய விதமும் என் கண்ணில் அப்படியே நின்றன. எனது தந்தையாரும் வெள்ளைக் கதர்ச்சட்டையும் வெள்ளைக் கதர்வேட்டியும்தான் அணிந்தார்கள். ஆனால், அவர்கள் அந்தச் சட்டையை முழங்கை வரைக்கும் மடித்து வைத்திருப்பார்கள். காமராசர் அணிந்திருந்தது வித்தியாசமாகத் தெரிந்ததற்கு அவரது நீண்ட கையும் ஒரு காரணம் என்பது பின்னாளில் எனக்குத் தெரிந்தது.

1975ஆம் ஆண்டு அக்டோபர் மாதம் இரண்டாம் நாள். எங்கள் பள்ளியில் காலாண்டுத் தேர்வு நடந்துகொண்டிருந்தது. அடுத்த நாளுக்கான தேர்வுக்காகப் படித்துக்கொண்டிருந்தோம். காமராசர் இறந்துவிட்டார் என்ற செய்தி எங்கள் ஊரைச் சோகத்தில் ஆழ்த்தியது. படிக்காமல் அக்கம் பக்கம் பார்த்துக்கொண்டிருந்தால் எங்களைப் படிக்கச் சொல்லும் அம்மா எங்களைப் படிக்கச் சொல்லவில்லை. எங்கள் ஊரில் உள்ள உறவினர் ஒருவர் இறந்ததைப் போல எல்லோரும் கவலையோடு பேசிக்கொண்டிருந்தார்கள். எங்கள் அம்மாவும் அப்பாவும் கூடத்துத் திண்ணையில் உட்கார்ந்திருந்தார்கள். காமராசர் கல்யாணம் செய்து கொள்ளாதது பற்றியும் தனக்கென்று சொத்து எதுவும் சேர்க்காதது பற்றியும் அம்மாவிடம் அப்பா சொல்லிக்கொண்டிருந்தார்.

பள்ளிக்கூடத்தில் மாணவர்களிடம் காமராசரைப் பற்றிப் பேசுவதற்கு அப்பாவின் பேச்சிலிருந்து நிறைய செய்திகள் எனக்குக் கிடைத்தன. அடுத்தநாள் அக்டோபர் மூன்றாம் நாள் பள்ளிக்கூடத்திற்கு விடுமுறையா, இல்லையா? என்பது உறுதியாகவில்லை. தேர்வை எதிர்பார்த்து, பள்ளிக்கூடத்திற்குப் போனோம். பள்ளிக்கூடத்திற்கு விடுமுறை என்றும் அன்று நடைபெற இருந்த தேர்வு, விடுமுறை முடிந்து பள்ளிக்கூடம் தொடங்கும் நாளில் நடைபெறும் என்றும் அறிவிக்கப்பட்டது.

அன்று மாலைவரை நண்பர்களுடன் கூடிநின்று காமராசரின் பெருமைகளைப் பேசிக்கொண்டிருந்தோம். காங்கிரஸ் கட்சியைப் பற்றி நாங்கள் புகழ்ந்து பேசிக்கொண்டிருக்கும்போது எப்போதும் எதிர்த்துக் குரல் கொடுக்கும் நண்பர்களும் அதை அமைதியாகக் கேட்டுக்கொண்டிருந்தார்கள்.

காமராசர் பற்றிய செய்திகள் பலவும் அப்போதே எனக்குத் தெரிந்திருந்தாலும் பள்ளியிலும் கல்லூரியிலும் பணியாற்றும் போதுதான் காமராசரின் இலவசக் கல்வியால் தமிழ்நாட்டு மக்கள் பெற்ற பயன்களை உணர்ந்துகொள்ள முடிந்தது. காமராசரின் வரலாற்றை நூலாக ஆக்க வேண்டும் என்ற எண்ணம் அப்போதே என் நெஞ்சில் தோன்றியது.

'தமிழலாயம்' இலக்கிய அமைப்பின் சார்பில் காமராசரின் நூற்றாண்டு விழாவைக் கொண்டாடுவதற்கு அதன் ஒருங்கிணைப்பாளர் புலவர் கு.பச்சைமால் அவர்கள் ஏற்பாடு செய்துகொண்டிருந்தார். அது தொடர்பாக அவர்கள் சென்னைக்கு வந்திருக்கும்போது, "இந்தக் காமராசர் நூற்றாண்டு விழாவில் உங்கள் நூல் ஒன்றை வெளியிட்டால் என்ன?" என்று கேட்டார். வேறு நூலை இப்போது வெளியிடுவதைவிட, காமராசர் பற்றிய நூலை இப்போது வெளியிடுவது சிறப்பாக இருக்கும் என்று கருதினேன். முன்பே காமராசர் பற்றித் திரட்டிய செய்திகளுடன் மேலும் புதிய தகவல்களையும் திரட்டி நூலாக உருவாக்கினேன். சில தகவல்களையும் நிழற்படங்களையும் தந்து உதவியதுடன் புலவர் கு.பச்சைமால் அவர்களே இந்நூலுக்கு ஒரு வாழ்த்துரையும் தந்து என்னை ஊக்கப்படுத்தியுள்ளார். அவர்களுக்கு நன்றியைத் தெரிவிப்பதில் பெரிதும் மகிழ்கிறேன்.

இந்த நூலுக்குக் 'காலம் தந்த காமராசர்' என்னும் தலைப்பைக் கொடுத்துள்ளேன். பாரதியைப் பற்றிப் பாடிய பாரதிதாசன், "தமிழகம் தமிழுக்குத் தகும் உயர்வளிக்கும் தலைவனை எண்ணித் தவம் கிடைக்கையில் இலகு பாரதிப் புலவன் தோன்றினான்" என்று பாடியுள்ளார். அதைப்போன்று, 'தமிழ்நாட்டுக்குத் தனிப்பெருமையைத் தேடித்தரும் தியாகத் தலைவனை எண்ணித் தவம் கிடக்கையில் காமராசர் தோன்றினார்' என்று கூறும் அளவிற்கு காமராசர் தம் தியாகத்தால் தமிழ்நாட்டுக்குப் பெருமைகளைச் சேர்த்துள்ளார். தமிழ்நாட்டுக்குக் காலம் தந்த கொடைதான் காமராசர் என்பதை உணர்த்தவே இந்த நூலுக்குக் 'காலம் தந்த காமராசர்' என்று தலைப்புத் தந்துள்ளேன்.

இந்நூலுக்கு அணிந்துரை என்று எதுவும் வாங்க வேண்டாம் என்றுதான் முதலில் நினைத்திருந்தேன். பிறகுதான் இலக்கியச் செல்வர் குமரி அனந்தனிடம் அணிந்துரை வாங்கினால் என்ன என்னும் எண்ணம் எழுந்தது. இலக்கியச் செல்வர் அவர்கள் முதுபெரும் காங்கிரஸ் தலைவர் என்பதாலோ, அவர் பெருந்தலைவர் காமராசரின் தொண்டர் என்பதாலோ அந்த எண்ணம் எழவில்லை. அவற்றையும் தாண்டி அவருடைய அறிவுத்தொண்டு தொடர்பான நிகழ்ச்சி ஒன்று நடைபெற்றது.

அப்போது நான் சென்னை, நந்தனம் அரசு கலைக் கல்லூரியில் விரிவுரையாளராகப் பணியாற்றிக்கொண்டிருந்தேன். எனது வகுப்புக்கு வரவேண்டிய மாணவர்கள் இருவர் தாமதமாக வந்தனர். தாமதத்திற்கான காரணத்தைக் கேட்டேன். அதற்கு அவர்கள் நூலகத்திற்குப் போயிருந்ததாகக் கூறினார்கள். அன்று எங்கள் கல்லூரி நூலகர் வராததால் நூலகம் பூட்டியிருந்தது. தமிழ்த்துறை நூலகம் எனது பொறுப்பில்தான் இருந்தது. அந்த மாணவர்கள் பொய் சொல்வதாக நினைத்து அவர்களிடம் கோபம் கொண்டேன். அப்போது அந்த மாணவர்கள் எங்கள் கல்லூரிக்கு எதிரே செல்லும் வெங்கடநாராயணா சாலையில் உள்ள இலக்கியப் பேரவை நூலகத்திற்குப் போய் வந்தோம் என்று கூறினார்கள்.

அந்த நூலகத்தைத் தமது அலுவலகமாகிய காமராஜ் நிலையத்தில் இலக்கியச் செல்வர் குமரி அனந்தன் இலவசமாக நடத்துகிறார் என்பதை அறிந்தேன். அவர் செய்யும் நூலகத் தொண்டு நமது மாணவர்களுக்கு உதவுகிறது என்பதை அன்று அறிந்த நான் பெரிதும் மகிழ்ந்தேன். அரசியல்வாதியாக மட்டுமல்லாமல் நூலகத் தொண்டையும் ஆற்றிவரும் குமரி அனந்தன் அவர்களிடம் அணிந்துரை வாங்குவது சிறப்பு என்று முடிவு செய்தேன். அணிந்துரை வேண்டும் என்று தொலைபேசியில் கேட்டவுடன் ஒப்புக்கொண்டு குறித்த காலத்தில் அணிந்துரை தந்து உதவினார் இலக்கியச் செல்வர் குமரிஅனந்தன். அவர்களுக்கு எனது நன்றியைத் தெரிவிப்பதில் உள்ளம் பூரிக்கிறேன்.

நூலை வெளியிடும் பதிப்பாளர் நா.கௌசிகன் அவர்களுக்கு என் நெஞ்சார்ந்த நன்றி.

அன்புடன்

முகிலை இராசபாண்டியன்
முகிலை,குமரி – 629701.

காலம் தந்த காமராசர்

எப்போதும் தேவை ஏற்படுவது வளர்ச்சிக்கு அடையாளம். முன்பெல்லாம் கிராமங்களில் சட்டைகூடப் போடாமாட்டார்கள். இப்போது அப்படி இல்லை. எல்லோரும் சட்டை போடுகிறார்கள். ஆகவே, நிறைய துணி வேண்டியிருக்கிறது. துணிகளைத் தயாரிக்க ஆலைகள் வைக்கவேண்டும். ஆகவே தேவை ஏற்படுகிறதென்றால் முன்னேற்றம் ஏற்பட்டிருக்கிறது என்று அர்த்தம்.

• • •

இருபதாம் நூற்றாண்டில் தமிழ்நாட்டில் வாழ்ந்த தலைவர்களில் தனக்கென்று ஒரு தனியிடத்தைப் பெற்றவர் பெருந்தலைவர் காமராசர். இந்திய மக்களின் மனங்களில் தமது எளிமையால் இடம் பிடித்தவர் அவர். அத்தனை தலைவர்களிடமும் கலந்து பழகிய காமராசர் பல நிலைகளில் அத்தனைத் தலைவர்களை விடவும் உயர்ந்து நின்றார்.

உலக நாடுகள் 'காமராசர், யார் இவர்?' என்று வியந்து நோக்கும் வண்ணம் திட்டங்கள் வகுத்தவர். எந்தச் சூழ்நிலையிலும் தனக்கென்று கொண்டிருந்த கொள்கையில் விலகாதவர். தான் படிக்கவில்லை என்றாலும் தமிழ்நாட்டுக் குழந்தைகளை எல்லாம் படிக்க வைத்தவர். படிக்க இயலாமைக்கு உரிய காரணங்களைத் தேடி அந்தக் காரணங்களைப் போக்கிடப் பல திட்டங்களைத் தந்தவர்.

தமிழ்நாடு செய்த தவத்தால் காமராசர் தமிழ்நாட்டில் தோன்றினார். ஆம்! அவர் பிறக்கும்போது அற்புதங்கள் எதுவும் நிகழவில்லை. அவர் வாழ்ந்த போதுதான் அற்புதங்கள் பலவும் நிகழ்ந்தன. 'மனிதனால் இத்தனை செயல்கள் செய்ய முடியுமா?' என்று திகைக்க வைத்த கர்மவீரர் அவர்.

காமராசர் தனக்காக யாரைத் தேடியும் சென்றது இல்லை. அவரைத் தேடித்தான் அகில இந்தியாவே வந்தது. அவரது கண் அசைவிற்காக அத்தனைத் தலைவர்களும் காத்து நின்றனர். இந்தியாவின் தந்தை காந்தியடிகள்கூட, காமராசரின் கருத்துக்கு எதிர்க்கருத்து இல்லை என்று தனது பேனாவை மூடினார். ஆசிய ஜோதி நேருவின் இதயத்தில் காமராசர் ஒருவர்தான் காலம் எல்லாம் இருந்தார். இந்தியாவின் இரும்பு மனிதரும் இவரது பார்வைக்குமுன் உருகிப்போனார். தலைவரைத் தேடித்தான் தொண்டர்கள் போவார்கள். ஆனால், காமராசர் என்ற தொண்டரைத் தேடித்தான் சத்தியமூர்த்தி என்ற தலைவர் வந்தார்.

ஏதோ காரணத்தால் காமராசரிடம் முரண்பட்டு நின்றவர்கள்கூட அவரது அயராத உழைப்பின் முன் அடிபணிந்து நின்றிருக்கின்றனர். அத்தகைய ஒப்பற்ற தலைவனை அன்னை சிவகாமி நமக்குத் தரவில்லை. காலம்தான் நமக்குத் தந்தது. ஒவ்வொரு மனிதனும் பிறந்துதான் வரவேண்டும் என்னும் நியதிக்கு உட்பட்டதுதான் காமராசரின் பிறப்பு. அந்த நியதிப்படி குமாரசாமியும் சிவகாமியும் அவரது பெற்றோர். உண்மையில் காலம்தான் காமராசரை ஈன்றது.

இந்திய விடுதலைப் போருக்குத் தமிழ்நாட்டிலிருந்து ஒரு தலைவன் தோன்ற வேண்டும். அந்தத் தலைவன் தன்னலம் அற்றவனாய் இருக்கவேண்டும். கடமையின் சிறப்பை உணர்ந்து கடமையாற்றுபவனாய் வாழவேண்டும் என்று காலம் கருதியது. அதனால்தான் காமராசர் 1903ஆம் ஆண்டு ஜூலை 15ஆம் நாள் பிறந்தார்.

செல்வத்தின் மடியில் பிறந்த குழந்தைகள் செழிப்பாய் வளரும். ஏழ்மையிலிருந்து தோன்றிய குழந்தை எப்படியும் சாதிக்கும் என்பதால்தான் விருதுநகரில் ஏழைக்குடும்பத்தில் காமராசர் பிறந்தார்.

ஏழைக்குடும்பத்தில் பிறந்ததாலும் ஆறு வயதிலேயே தந்தையைப் பிரிந்ததாலும் காமராசரிடம் பொறுப்பும் எளிமையும் இயல்பாக இருந்தன. அன்புகாட்ட அன்னை இருந்தாள். அறிவு வழங்கிடத் தந்தை இல்லையே! ஆறாம் வயதிலேயே தந்தையை இழந்த காமராசரின் கல்விச் சூழ்நிலை சிறப்பாக இல்லை.

ஐந்து வயதில் வேலாயுதம் என்னும் ஆசிரியரிடம் காமராசர் கல்வி கற்றார். சிலநாட்களில் ஏனாதிநாத நாயனார் வித்யா சாலாவுக்குச் சென்று படித்தார் காமராசர். அங்கே அவருக்கு முருகையா என்பவர் ஆசிரியர். அடுத்த ஆண்டே 'சத்திரிய வித்யாசாலா' என்ற பள்ளியில் படிக்கத் தொடங்கினார்.

அங்கே ஒரு நாள்...

பள்ளிக் குழந்தைகளிடம் காசு வசூலித்து ஆயுத பூஜையைக் கொண்டாடினார்கள். அவல், பொரி, கடலை, வெல்லம், சுண்டல் என்று எல்லாவற்றையும் படைத்தார்கள். பூசை முடிந்ததும் குழந்தைகளுக்கு ஆசிரியர் ஒருவர், அந்தப் பொருள்களைக் கொடுத்துக்கொண்டிருந்தார். வரிசையாய் இருந்து வாங்க வேண்டிய குழந்தைகள் அனைவரும் வரிசையிலிருந்து எழுந்து சென்று அந்த ஆசிரியரைச் சூழ்ந்துகொண்டார்கள். பலமுறை அவல், பொரி, கடலை, சுண்டல், வெல்லத்தை வாங்கிச் சாப்பிட்டார்கள். காமராசருக்கு இது பிடிக்கவில்லை. அவர் அந்த வரிசையைவிட்டு எழுந்திருக்கவில்லை. வரிசையில் இருக்கும் தனக்குக் கிடைக்க வேண்டிய பொருள் நிச்சயம் கிடைக்கும் என்று அவர் காத்திருந்தார். அவருக்குக் கிடைத்தது. கொஞ்சம் மட்டுமே கிடைத்தது. அடித்துப் பிடித்து அதிகம் சாப்பிடுவதைவிட அமைதியாக இருந்து கொஞ்சம் சாப்பிடுவதையே அவர் விரும்பினார். இந்த இளமை எண்ணம்தான் அவரது வாழ்வின் இறுதிவரை நிலைத்தது.

அமைதியாய் இருப்பவர்களைப் பார்த்து, துணிவும் வீரமும் இல்லாதவர்கள் என்று நாம் நினைத்தால் அது அறியாமை. காமராசர் அமைதியாக இருக்கும் இயல்புகொண்டவர்தான். அதிகம் பேசாமல் ஆரவாரம் செய்யாமல் கடமையைச் செய்பவர்தான் என்றாலும் அவரிடம் துணிவும் வீரமும் இருந்தன என்பதையும் அவரது இளமை நிகழ்ச்சி ஒன்று வெளிப்படுத்துகிறது.

விருதுநகரில் உள்ள கோயில் யானை ஒன்று பாகன் இல்லாத சமயத்தில் ஊருக்குள் நுழைந்தது. அது ஓடி வருவதைக் கண்ட ஊர் மக்கள் அனைவரும் ஓடினார்கள். அதைக்கண்ட காமராசர், எல்லோரையும்போல் ஓடவில்லை. எல்லோருமே பயந்து ஓடினால் யானையின் ஓட்டத்தை யார் நிறுத்துவது? என்று சிந்தித்த காமராசரும் ஓடினார். அவர் யானையைக் கண்டு பயந்து ஓடவில்லை, யானையின் ஓட்டத்தை அடக்குவதற்கு உரிய வழியை அறிந்ததால் ஓடினார். ஓடிய அவர் யானையைக் கட்டி வைத்திருந்த இடத்தில் கிடந்த சங்கிலியை எடுத்துக்கொண்டு திரும்பி வந்தார். துணிச்சலாக யானைக்கு முன் சென்று அந்த சங்கிலியை யானையின் காலைச் சுற்றிப்போட்டார். யானை அப்படியே நின்றது. அதற்குள் யானைப்பாகன் அங்கே வந்து யானையை அழைத்துச் சென்றான்.

காமராசரால் ஐந்தாம் வகுப்பிற்கு மேல் படிக்க இயலவில்லை. ஆனால், படிக்காமலேயே அவரிடம் அறிவு வெளிப்பட்டது. எந்தச் சூழ்நிலையில் எப்படிச் செயல்பட வேண்டும் என்னும் அறிவு அவருக்கு இருந்தது. அதனால்தான் அவரால் யானையின் ஓட்டத்தைத் தடுக்க முடிந்தது.

காமராசர் மூன்றாம் வகுப்பில் படித்துக்கொண்டிருந்தார். அப்போது ஆசிரியர் ஒரு கணக்குப் போட்டார். 'ஒரு வீட்டில் அம்மா, அப்பா, பாட்டி, அண்ணன், தங்கை ஆகிய ஐந்து பேர் இருக்கிறார்கள். ஒவ்வொருவருக்கும் இரண்டு முட்டை கொடுக்க வேண்டும். அப்படி என்றால் அம்மா கடைக்குப் போய் எத்தனை முட்டை வாங்குவாள்?' என்பது கணக்கு. இந்தக் கணக்குக்கு உரிய விடையை ஆசிரியர் மூன்று எண்ணுவதற்குள் எழுதவேண்டும்.

பல மாணவர்கள் பத்து என்று சரியான விடையை எழுதினார்கள். காமராசர் எட்டு என்று எழுதியிருந்தார். தவறான விடை எழுதியதால் காமராசருக்கு அடி கிடைத்தது. தவறாக விடை எழுதியவர்களிடம் ஆசிரியர் விடைக்கான காரணத்தைக் கேட்டார். காமராசரிடமும் காரணத்தைக் கேட்டார் ஆசிரியர். அப்போது காமராசர், "எங்கள் வீட்டில் அப்பா இல்லையே! அப்பா

18

இறந்துவிட்டாரே! அதனால்தான் அம்மா எட்டு முட்டை வாங்குவாள்" என்னும் விளக்கத்தைச் சாதாரணமாகத்தான் சொன்னார். ஆனாலும் ஆசிரியரின் கண் கலங்கிவிட்டது. தந்தையை இழந்த பையனை அடித்துவிட்டோமே என்று வருந்தினார்.

ஆசிரியர் சொன்ன கணக்குக்கும் காமராசருக்கு விடை தெரிந்தது. அவர் சொல்லாத அவரது குடும்பக் கணக்கிற்கும் காமராசருக்கு விடை தெரிந்திருந்தது. அதனால்தான் அவரது விடையும் விளக்கமும் வித்தியாசமாய் இருந்தன. அப்போதே காமராசரிடம் எதையும் மாறுபட்ட கோணத்தில் சிந்திக்கின்ற ஆற்றல் இருந்ததை இந்த நிகழ்ச்சி உணர்த்துகிறது அல்லவா?

காமராசரின் வாழ்க்கையை நன்கு ஆராய்ச்சி செய்தால் நாம் கல்வி பற்றி வைத்திருக்கும் எண்ணம் நிச்சயமாக மாறிவிடும். கல்வி என்பது பள்ளியில் அல்லது கல்லூரியில் கிடைப்பது மட்டும் அல்ல என்னும் முடிவுக்கு வருவோம். காமராசருக்குத் தமிழ் தெரியும், ஆங்கிலமும் தெரியும்,தெலுங்கும் தெரியும், இந்தியைப் புரிந்துகொள்வார். இவை அவருக்குப் பள்ளிப் பாடத்தால் கிடைத்தவை அல்ல. வாழ்க்கையில் அவர் கற்றுக்கொண்டவை.

பள்ளிப் படிப்பைக் காமராசரால் தொடர்ந்து படிக்க முடியவில்லை. அவரது தாய் மாமனும் தாயாரும் குடும்பத்தைக் காப்பாற்றுவதற்காக அவரை ஜவுளிக்கடைக்கு வேலைக்குப் போகச் சொன்னார்கள். அவரும் அந்த வேலைக்குப் போனார். அந்த வேலையில் அவரால் தொடர்ந்து இருக்க முடியவில்லை.

காமராசர் தனக்காகவோ தனது குடும்பத்திற்காகவோ பிறந்தவர் இல்லை. இந்த நாட்டு நன்மைக்காகப் பிறந்தவர். அதனால், அவருக்கு இந்திய விடுதலைப் போராட்டச் சிந்தனையே தோன்றியது. அரசியலில் ஈடுபட்டு இந்திய விடுதலைக்காகப் பாடுபட வேண்டும் என்று முடிவெடுத்தார். நண்பர்களுடன் சேர்ந்து அரசியல் தலைவர்களின் பேச்சைக் கேட்பதற்காகப் பல ஊர்களுக்குப் போனார்.

விருதுநகரில் அவரே காங்கிரஸ் கட்சிக் கூட்டங்களை நடத்தினார். தலைவர்களின் விடுதலை உணர்வு ஊட்டும் பேச்சுகள் காமராசரின் விடுதலை எண்ணங்களுக்கு உரமாக அமைந்தன. விடுதலைப் போராட்டத் தொண்டனாக அவர் பலப் போராட்டங்களில் கலந்துகொண்டார். பிற்காலத்தில் அவரே மிகச்சிறந்த தலைவர் ஆனார்.

காமராசர் கலந்துகொண்ட போராட்டங்கள்

புதிய சமுதாயத்தை அமைக்க வேண்டுமானால் பழைய பழக்கவழக்கங்களை அப்படியே வைத்துக்கொள்ள முடியுமா? அதற்காகப் பழையதெல்லாம் தப்பு என்று சொல்லலாமா? கூடாது. ஒரு புது வீட்டுக்குக் குடித்தனம் போகும்போது பழைய துடைப்பம், ஓட்டை, உடைசல், எல்லாவற்றையும் விட்டுவிட்டு நல்லதை மட்டும், எடுத்துக்கொண்டு போகிறோம் அல்லவா? அதுபோல் பழைமையில் இருக்கிற நல்ல விஷயங்களை எல்லாம் எடுத்துக்கொள்ள வேண்டும்.

•●•

பெருந்தலைவர் காமராசர் தமது பதினாறாம் வயதில் முழுநேரக் காங்கிரஸ் தொண்டர் ஆனார். அப்போது முதல் அவரது எழுபத்திரண்டாம் வயதுவரை அவரது அரசியல் வாழ்க்கையில் அவர் பல போராட்டங்களைச் சந்தித்தார். அந்தப் போராட்டங்கள் அனைத்தும் நாட்டு நலனை மட்டும் அடிப்படையாகக் கொண்டவை. அந்தப் போராட்ட நாயகனின் தொடர் போராட்டங்கள் ஆங்கிலேயர் அரசுக்குப் பெருஞ்சவாலாக இருந்தன. இந்தியர்கள் நடுவே அவரது பெருமையையும் புகழையும் எடுத்துக்காட்டின. தன்னலங்கருதாத அந்தப் போராட்டங்களால் காமராசர் பின்னாளில் பெருந்தலைவர் ஆனார்.

வேல்ஸ் இளவரசருக்கு எதிர்ப்பு

1920ஆம் ஆண்டு புதிய சட்டமன்றங்களைத் தொடங்கி வைப்பதற்காக இங்கிலாந்தின் இளவரசர் வேல்ஸ், இந்தியாவுக்கு வந்தார். முதலில் அவர் மும்பைக்கு வந்தார். அவரது வருகையைப் புறக்கணித்து ஆர்ப்பாட்டம் நடத்துவதற்குக் காங்கிரஸ் கட்சி முடிவு செய்தது. அதன்படி காங்கிரஸ் கட்சியினர் மும்பையில் ஆர்ப்பாட்டம் நடத்தினர் அந்த ஆர்ப்பாட்டத்தில் அண்ணல் காந்தியடிகளும் கலந்துகொண்டார்.

சென்னைக்கு வர இருந்த வேல்ஸ் இளவரசரை எதிர்த்து ஆர்ப்பாட்டம் நடத்துவதற்கு டி.எஸ்.எஸ். இராசன் ஏற்பாடு செய்தார். அந்த ஆர்ப்பாட்டத்தில் கலந்துகொள்வதற்காகக் காமராசரும் சென்னைக்குச் சென்றார். அவருடன் அவரது நண்பர் சண்முகமும் சென்றிருந்தார். சென்னையில் நடைபெற்ற ஆர்ப்பாட்டத்தில் கலந்துகொண்ட காமராசரின் விடுதலைப் போராட்ட உணர்வு தீவிரமானது.

ஒத்துழையாமை இயக்கம்

1920ஆம் ஆண்டு அண்ணல் காந்தி ஒத்துழையாமை இயக்கத்தை அறிவித்தார். அதன்படி சட்டமன்ற உறுப்பினர்கள் சட்டமன்றத்தையும், வழக்கறிஞர்கள் நீதிமன்றத்தையும், மாணவர்கள் கல்லூரியையும் புறக்கணிக்க வேண்டும் என்று முடிவு செய்யப்பட்டது.

ஒத்துழையாமை இயக்கத்தைத் தமிழ்நாட்டுத் தலைவர்களில் சிலர் ஏற்றுக்கொள்ளவில்லை. குறிப்பாக, சி.ஆர்.தாஸ், சத்தியமூர்த்தி போன்றோர் ஒத்துழையாமை இயக்கத்தில் பங்கேற்க மறுத்துவிட்டனர். ஆனால், 1920ஆம் ஆண்டு செப்டம்பர் மாதம் கொல்கத்தாவில் கூடிய காங்கிரஸ் மாநாடு ஒத்துழையாமை இயக்கத்திற்கு ஆதரவு அளித்தது.

ஒத்துழையாமை இயக்கத்தை நடத்துவதற்கென்று ஒவ்வோர் ஊரிலும் குழு அமைக்கப்பட்டது. விருதுநகரிலும் காமராசர் ஒரு குழு அமைத்தார். ஒத்துழையாமை இயக்கத்தைப் பற்றி இளைஞராக இருந்த காமராசர் அனைவரிடமும் விளக்கினார். பெரும்பாலான இளைஞர்களை அதில் பங்கேற்கச் செய்தார்.

வைக்கம் போராட்டம்

விருதுநகரில் காங்கிரஸ் கூட்டங்கள் நடத்துவதும் நண்பர்களுடன் சேர்ந்துகொண்டு வெளியூரில் நடைபெறும்

21

கூட்டங்களுக்குச் செல்வதும் காமராசருக்கு வழக்கமாகிவிட்டது. இதைக்கண்ட காமராசரின் தாயார் சிவகாமி அம்மையார் மிகவும் வருந்தினார். ஆங்கிலேயருக்கு எதிராக இப்படிக் கூட்டம் நடத்தினால் தமது ஒரே மகன் துன்பப்பட நேரிடும் என்று எண்ணினார். எனவே, எங்காவது வெளியூருக்கு அனுப்பிவிடவேண்டும் என்று முடிவு செய்தார். அப்போது காமராசரின் தாய்மாமன் ஒருவர் திருவனந்தபுரத்தில் கடை வைத்திருந்தார். அவரது பெயர் காசி நாடார். அவரிடம் அனுப்பினால் காமராசர் அரசியலில் ஈடுபடமாட்டார் என்று திருவனந்தபுரத்திற்கு அனுப்பினார்.

திருவனந்தபுரத்திற்கு அருகே வைக்கம் என்னும் ஊரில் கோயில் இருக்கும் தெருவில் தாழ்த்தப்பட்டவர்களும் செல்ல அனுமதிக்க வேண்டும் என்று தந்தை பெரியார் போராட்டம் நடத்தினார். இந்தப் போராட்ட விளக்கக் கூட்டத்தில் கலந்துகொள்வதற்குக் காமராசரும் நாள்தோறும் சென்றார். வைக்கம் போராட்டத்திலும் கலந்துகொண்டார். வைக்கம் போராட்டத்தில் தந்தை பெரியார் கைது செய்யப்பட்டார். காமராசர் போன்ற தொண்டர்கள் கைது செய்யப்படவில்லை.

திருவனந்தபுரத்திலும் கடை வேலையைச் செய்யாமல் காமராசர் அரசியலில் ஈடுபட்டதால் அவரது தாய்மாமன், அவரை விருதுநகருக்கு அனுப்பிவிட்டார்.

கள்ளுக்கடை மறியல் போராட்டம்

ஒத்துழையாமை இயக்கத்தைத் தொடர்ந்து காங்கிரஸ் தொண்டர்கள் பலர் வன்முறையில் ஈடுபடத் தொடங்கினர். சௌரி சௌரா என்ற இடத்தில் காந்தியடிகளின் கட்டளையை மீறி, தொண்டர்கள் வன்முறையில் ஈடுபட்டதால் ஒத்துழையாமை இயக்கம் நிறுத்தப்பட்டது. திடீரென்று காந்தியடிகள் ஒத்துழையாமை இயக்கத்தை நிறுத்தியதைப் பல தலைவர்கள் எதிர்த்தனர்.

தமிழ்நாட்டில் ஒத்துழையாமை இயக்கத்தைத் தொடர்ந்து, தொடர் போராட்டங்கள் நடைபெற்று வந்தன. தமிழ்நாட்டில் கள்ளுக்கடைகளை மூட வேண்டும் என்று கள்ளுக்கடை மறியல் போராட்டம் 1923ஆம் ஆண்டு நடைபெற்றது.

மதுரையில் உள்ள கள்ளுக்கடைகளின் முன் மறியல் செய்வதற்குக் காமராசர் ஏற்பாடுகள் செய்தார். மதுரையில் உள்ள காங்கிரஸ் அலுவலகத்தில் தமது நண்பர்களுடன் கலந்து ஆலோசித்தார். பின்னர் வெளியே சென்றார்.

அந்த வேளையில் காங்கிரஸ் அலுவலகத்திற்கு வந்த போலீசார் காமராசரின் நண்பர்களைக் கைது செய்து அழைத்துச் சென்றனர். காமராசர் அங்கே இல்லாததால் அவரைக் கைது செய்யவில்லை.

வெளியே சென்றிருந்த காமராசர் திரும்பி வந்து பார்த்தபோது காங்கிரஸ் அலுவலகம் பூட்டப்பட்டிருந்தது. தமது நண்பர்கள் கைது செய்யப்பட்டதை அறிந்தார். தம் நண்பர்கள் சிறையில் வாடும்போது தாம் மட்டும் வெளியே இருப்பதை எண்ணி வருந்தினார்.

கொடிப் போராட்டம்

நாகபுரியில் அரசு அலுவலர்கள் குடியிருக்கும் பகுதியில் காங்கிரஸ் கொடியுடன் செல்லக்கூடாது என்று ஆங்கிலேய அரசு 1923ஆம் ஆண்டில் தடை உத்தரவு பிறப்பித்தது. இதைக் காங்கிரஸ் கட்சி எதிர்த்தது. தடையை மீறி, கொடியுடன் ஊர்வலம் செல்லப்போவதாகக் காங்கிரஸ் அறிவித்தது. நாடு முழுவதும் இருந்து கொடிப் போராட்டத்தில் கலந்துகொள்ள நாகபுரியில் காங்கிரஸ் தொண்டர்கள் கூடினர்.

கொடிப் போராட்டத்திற்கு வல்லபாய் பட்டேல் தலைமை தாங்கினார். தமிழ்நாட்டிலிருந்து தொண்டர்களைக் காமராசர் நாகபுரிக்கு அனுப்பி வைத்தார். காமராசரும் நாகபுரிக்குச் செல்வதற்கு ஏற்பாடு செய்தார்.

ஆயிரக்கணக்கான தொண்டர்கள் கொடிப் போராட்டத்தில் கலந்துகொண்டதால் ஆங்கிலேயே அரசு ஊர்வலத்திற்கு அனுமதி மறுத்தது. அனுமதி பெற்றவர்கள் மட்டும் கொடியுடன் செல்லலாம் என்றும் அறிவித்தது. காமராசர் நாகபுரிக்குச் செல்வதற்கு முன் கொடிப் போராட்டம் முடிந்துவிட்டது.

நீல் சிலையை அகற்றிய போராட்டம்

ஜேம்ஸ் நீல் என்பவர் சென்னை மாநிலப் படைத் தளபதியாக இருந்தவர். சிப்பாய்க் கலகம் நடைபெற்றபோது கொல்கத்தாவிற்குச் சென்று இந்தியச் சிப்பாய்களைச் சுட்டுக்கொன்றவர். அவரது சிலையை ஆங்கிலேய அரசு சென்னையில் உள்ள அண்ணா சாலையில் நிறுவியிருந்தது.

அந்தச் சிலையை அகற்ற வேண்டும் என்று தமிழ்நாடு காங்கிரஸ் கட்சி, போராட்டம் நடத்தியது. இந்தப் போராட்டத்தின் முதல் கட்டமாகக் குடியாத்தத்தைச் சேர்ந்த சாமிநாதன் என்பவரும் நெல்லையைச் சேர்ந்த சோமயாஜுலு என்பவரும் கலந்துகொண்டு சிறை சென்றனர்.

1927ஆம் ஆண்டு காந்தியடிகள் சென்னை வந்திருந்தார். அவரிடம் நீல் சிலையை அகற்றுவதற்கானப் போராட்டத்தை நடத்துவதற்குக் காமராசர் அனுமதியும் ஆலோசனையும் கேட்டார். அதற்குக் காந்தியடிகள் அனுமதி கொடுத்தார். 'சிறு களிமண் உருண்டைகளை ஜேம்ஸ் நீல் சிலையின் மீது எறிந்து போராடுங்கள்' என்று ஆலோசனையும் வழங்கினார்.

விருதுநகரில் இந்தியக் குடியரசு காங்கிரஸ் மாநாடு நடத்துவதற்குக் காமராசர் ஏற்பாடு செய்திருந்தார். அந்த மாநாட்டில் கலந்துகொள்வதற்கு நேருவைக் காமராசரும் சத்தியமூர்த்தியும் அழைத்தனர். நேருவும் அதற்கு ஒப்புக்கொண்டார். அந்த மாநாட்டில் சென்னையிலிருக்கும் ஜேம்ஸ் நீல் சிலையை அகற்ற வேண்டும் என்று தீர்மானம் நிறைவேற்றினார்கள்.

காமராசர் தலைமையில் நீல் சிலை அகற்றும் போராட்டம் நடைபெறப் போவதை அறிந்து ஆங்கிலேய அரசு, நீல் சிலையை அகற்றியது.

சைமன் குழுவிற்கு எதிர்ப்பு

ஆங்கிலேய அரசின் கொள்கைகளில் மாற்றம் இல்லாமல், காங்கிரஸ் இயக்கத்தின் கோரிக்கைகளில் எவற்றை ஏற்கலாம், மக்களின் கருத்து என்ன? என்பதை அறிவதற்கு ஆங்கிலேய அரசு ஒரு குழுவை அமைத்தது. அக்குழுவுக்குச் சைமன் என்னும் ஆங்கிலேயர் தலைமை தாங்கினார்.

சைமன் குழுவில் இந்தியாவின் சார்பில் இந்தியர் யாருமே இல்லை. இந்தியர் யாருமே இல்லாத ஆங்கிலேயக் குழுவால் இந்தியர்க்கு எந்த நன்மையும் கிடைக்காது என்று காங்கிரஸ் கட்சி உணர்ந்தது. சைமன் குழுவை எதிர்த்துப் போராடுவதற்குக் காங்கிரஸ் கட்சி தீர்மானித்தது.

1928ஆம் ஆண்டு பிப்ரவரி மூன்றாம் நாள் சைமன் குழு மும்பைக்கு வந்தது. அன்று, நாடு முழுவதும் காங்கிரஸ் கட்சியின் சார்பில் வேலை நிறுத்தம் நடைபெற்றது.

லாகூரில் சைமன் குழுவை எதிர்த்து லாலா லஜபதிராய் தலைமையில் போராட்டம் நடைபெற்றது. போராட்டத் தொண்டர்கள் மீது போலீசார் தடியடி நடத்தினர். லஜபதிராய் தடியடிபட்டு மருத்துவமனையில் சேர்க்கப்பட்டார்.

உத்தரப்பிரதேசத்தில் ஜவகர்லால் நேரு தலைமையில் போராட்டம் நடைபெற்றது. சென்னையிலும் சைமன் குழுவை

எதிர்த்து ஆர்ப்பாட்டம் நடைபெற்றது. அப்போது நீதிக்கட்சியின் ஆட்சி நடைபெற்றதால் போராட்டம் வலுப்படவில்லை.

சைமன் குழு மதுரைக்கு வந்தபோது போராட்டம் காமராசர் தலைமையில் நடைபெற்றது. மதுரைக்கு வந்த சைமன் குழுவினர் திருமலை மன்னர் மகாலில் தங்கியிருந்தனர். மகாலைச் சுற்றிப் போலீசார் குவிக்கப்பட்டிருந்தனர். காங்கிரஸ் தொண்டர்களை மகாலுக்கு அருகில் வர முடியாதபடி நூறு அடிக்கு முன்பே தடுத்து நிறுத்திவிட்டனர்.

காமராசர் அங்கு வந்தார். மன்னர் மகாலுக்கு முன்பு கூட்டமாக நிற்பதற்குத்தானே தடை விதித்திருக்கிறார்கள். நடந்து செல்வதற்குத் தடை இல்லை அல்லவா? 'வாருங்கள்' என்று தொண்டர்களை அழைத்துக்கொண்டு காங்கிரஸ் கொடியைப் பிடித்தபடி முன்னால் நடந்தார். தொண்டர்கள் அனைவரும் தலைவரின் பின்னால் நடந்து சென்றார்கள். மன்னர் மகாலைக் கடந்து சென்றதும் மீண்டும் அதே வழியில் திரும்பி வந்தார்கள். இவ்வாறு மீண்டும் மீண்டும் அணிவகுத்துச் சென்று சைமன் குழுவிற்குக் காமராசரும் ஆயிரக்கணக்கான தொண்டர்களும் தங்கள் எதிர்ப்பைத் தெரிவித்தார்கள்.

உப்புச் சத்தியாகிரகம்

1930ஆம் ஆண்டு ஏப்ரல் பதின்மூன்றாம் நாள் வேதாரண்யத்தில் உப்புச் சத்தியாகிரகம் நடைபெற்றது. அதில் பங்கேற்றவர்கள் கைது செய்யப்பட்டனர்.

காமராசரும் உப்புச் சத்தியாகிரகத்தில் கைது செய்யப்பட்டார். அவர் உப்புச் சத்தியாகிரகத்திற்குத் தொண்டர் படையைத் திரட்டி அனுப்பியதாக வழக்குப் பதிவு செய்யப்பட்டது.

உப்புச் சத்தியாகிரகத்தில் ஏறத்தாழ 100 பேர் பலியானார்கள். நானூறு பேர் காயம் அடைந்தனர். அப்போது வைசிராயாக இருந்த இர்வின், காங்கிரஸ் கட்சியுடன் பேச்சுவார்த்தையில் ஈடுபட்டார்.

எரவாடாச் சிறையில் அடைக்கப்பட்டிருந்த காந்தியடிகளுடன் இர்வின் பேச்சு நடத்தினார். அந்தப் பேச்சின் அடிப்படையில் 1931ஆம் ஆண்டு மார்ச் மாதம் முப்பதாம் நாள் ஓர் உடன்படிக்கை ஏற்பட்டது. அந்த உடன்படிக்கையின் படி காங்கிரஸ் தலைவர்கள் மீதும், தொண்டர்கள் மீதும் தொடரப்பட்ட வழக்குகள் திரும்பப் பெறப்பெற்றன. சிறையிலிருந்த அனைவரும் விடுதலை செய்யப்பட்டனர்.

காமராசரும் விடுதலை செய்யப்பட்டார். விடுதலையாகி, விருதுநகருக்கு வந்த காமராசருக்கு மாபெரும் வரவேற்பை மக்கள் வழங்கினார்கள். இரயில் நிலையத்தில் புறப்பட்ட வரவேற்பு ஊர்வலம் காமராசரின் இல்லத்தில் நிறைவு பெற்றது. ஊர்வலத்தில் உற்சாகமாக வந்த தொண்டர்கள் நடுவே காமராசர் பேசினார். அந்தப் பேச்சால் தொண்டர்கள் மேலும் உற்சாகம் அடைந்தனர்.

காமராசர் கைது செய்யப்பட்டு, சிறையில் அடைக்கப்பட்டார் என்று தெரிந்ததும் அவரது பாட்டியார் பார்வதி அம்மையார் மிகவும் வருந்தினார். அவர் நோய்வாய்ப்பட்டார். பாட்டியாரின் உடல்நிலைப் பற்றிச் சிறையிலிருந்த காமராசருக்குத் தெரிவிக்கப்பட்டது. பரோலில் சென்று பாட்டியைப் பார்த்து வரும்படி தொண்டர்கள் கூறினார்கள். ஆனால், பரோலில் செல்வதற்குக் காமராசர் மறுத்துவிட்டார்.

காமராசர் விடுதலை அடைந்தார் என்ற செய்தியை அறிந்த பார்வதி அம்மாள் மகிழ்ச்சி அடைந்தார், என்றாலும் அவரது

உடல்நிலையில் முன்னேற்றம் எதுவும் ஏற்படவில்லை. திரும்பி வந்த காமராசரைப் பார்த்த மகிழ்ச்சியில் சில நாட்களில் அவர் மறைந்தார்.

தனி நபர் சத்தியாகிரகம்

1939ஆம் ஆண்டு இரண்டாம் உலகப்போர் தொடங்கியது. இங்கிலாந்து, அமெரிக்கா, ரஷ்யா ஆகிய நாடுகள் ஓர் அணியிலும் ஜப்பான், ஜெர்மனி, இத்தாலி ஆகியவை எதிர் அணியிலும் திரண்டன.

இந்தியர்களைக் கலந்து ஆலோசிக்காமல் இந்தியாவையும் போரில் ஈடுபடுத்தியது இங்கிலாந்து அரசு. இதைக் காங்கிரஸ் கட்சி எதிர்த்து தீர்மானம் நிறைவேற்றியது. தனிநபர் சத்தியாகிரகத்தை நாடு முழுவதும் நடத்துவதற்குக் காங்கிரஸ் கட்சித் திட்டம் வகுத்தது.

தனிநபர் சத்தியாகிரகத்தில் ஈடுபடுபவர்கள் காங்கிரஸ் கட்சியின் முன் அனுமதி பெற்றிருக்க வேண்டும். அதன்படி தமிழ்நாட்டில் தனிநபர் சத்தியாகிரகத்தில் ஈடுபடுவோரின் பட்டியலைக் காமராசர் தயாரித்தார். அதைக் காந்தியடிகளிடம் கொடுப்பதற்கு வார்தாவுக்குப் புறப்பட்டார் காமராசர். வழியில் குண்டூரில் காமராசர் கைது செய்யப்பட்டார்.

வெள்ளையனே வெளியேறு

இங்கிலாந்து நாட்டுடன் இணைந்து செய்யும் போருக்கு ஒத்துழைக்க இந்தியர்கள் மறுத்தனர். இந்திய விடுதலைப் போராட்டத்தைத் தீவிரப்படுத்த விரும்பிய தலைவர்கள் மும்பையில் நடந்த காங்கிரஸ் மாநாட்டில் 'வெள்ளையனே வெளியேறு' என்று முழங்கினார்கள். அந்த மாநாட்டில் கலந்துகொள்ள, காமராசர் தலைமையில் தலைவர்களும் தொண்டர்களும் மும்பைக்குச் சென்றிருந்தனர். மாநாட்டில் நிறைவேறிய தீர்மானங்கள் வெளியாவதற்கு முன்பே தலைவர்கள் கைது செய்யப்பட்டார்கள். காமராசர் அங்கிருந்து தப்பி, தமிழ்நாட்டுக்கு வந்தார். தமிழ்நாடு முழுவதும் மாநாட்டுத் தீர்மானங்களைப் பரப்பினார்.

நாட்டுக்காக நான்குமுறை சிறையில்!

தண்ணீர் கீழ்நோக்கி ஓடுகிறது. திடீரென்று நின்றால் தேக்கம் ஏற்படுகிறது. அதைப் பகிர்ந்து கொடுக்கவேண்டும். அதேபோல் நாட்டின் பொருளாதார வளர்ச்சி பெருகும் காலத்தில் அந்த வளர்ச்சி ஒரு குறிப்பிட்ட இடத்தில் தேங்கிவிடாமல் பிரித்துத் தரவேண்டும்.

பெருந்தலைவர் காமராசர் அவர்கள் இந்திய நாட்டின் விடுதலைக்காக நான்குமுறை சிறையில் அடைபட்டார். அந்த நான்குமுறையும் சேர்ந்து ஏறக்குறைய மூவாயிரம் நாள் சிறையில் கழித்தார். பதவி, பணம் எதையும் எதிர்பார்க்காமல் நாட்டு விடுதலையை மட்டும் குறிக்கோளாகக் கொண்டு வாழ்ந்த அந்தப் பெருந்தலைவரால் இந்தியா பெருமை பெற்றது.

சிறையில் முதல்முறை

1930ஆம் ஆண்டு நாடு முழுவதும் உப்புச் சத்தியாகிரகம் நடைபெற்றுக் கொண்டிருந்தது. குஜராத்தில் உள்ள தண்டிக் கடற்கரையில் உப்புச் சத்தியாகிரகத்தை அண்ணல் காந்தி நடத்தினார். தண்டியில் அண்ணல் காந்தியின் பின்னால் காங்கிரஸ் தொண்டர்கள் அணிவகுத்துச் சென்றனர். இதை வரலாற்றுச் சிறப்புமிக்க தண்டி யாத்திரை என்று வரலாற்று அறிஞர்கள் குறிப்பிடுகிறார்கள்.

தமிழ்நாட்டில் உள்ள வேதாரண்யத்தில் உப்புச் சத்தியாகிரகம் இராஜாஜி தலைமையில் நடைபெற்றது. வேதாரண்யத்தில் நடைபெற்ற உப்புச் சத்தியாகிரகத்தில் ஒரு தொண்டராகக் காமராசர் பங்கேற்றார். தொண்டின் மூலமே தலைமைப் பதவியைப் பெற்ற பெருந்தலைவர் காமராசரின் முதல் சிறைவாசம் அவர் தொண்டராக இருந்தபோது நிகழ்ந்தது.

உப்புச் சத்தியாகிரகத்தில் கலந்துகொண்ட அனைவரையும் போலீசார் கைது செய்தனர். காமராசரும் கைது செய்யப்பட்டார். கைது செய்யப்பட்ட காமராசர் அலிபுரம் சிறையில் அடைக்கப்பட்டார். இரண்டு ஆண்டுகளுக்குப் பிறகு அவர் விடுவிக்கப்பட்டார்.

சிறையில் இரண்டாம் முறை

1933ஆம் ஆண்டு நாட்டு விடுதலைக்காகப் பாடுபட்டவர்களை எல்லாம் சிறையில் அடைத்து விடுதலைப் போராட்டத்தை ஒடுக்க நினைத்தது ஆங்கிலேயே அரசு. தலைவர்கள் எல்லாரையும் பொய் வழக்குப் போட்டுச் சிறையில் அடைத்தது. அவ்வாறு அடைக்கப்பட்டவர்களில் காமராசரும் ஒருவர். முதலில் காமராசர் திருச்சி சிறையில் அடைக்கப்பட்டார். அதன்பிறகு அவர் வேலூர் சிறைக்கு மாற்றப்பட்டார். அவர் மீது மூன்று வழக்குகள் போடப்பட்டன.

1. வங்காளக் கவர்னர் ஊட்டிக்கு வரும்போது அவரைக் கொல்வதற்குத் திட்டம் தீட்டியது.
2. திருவில்லிபுத்தூர், விருதுநகர் காவல் நிலையங்களின் மீது வெடிகுண்டு வீசியது.
3. வேலூர் சிறையில் தீவிரவாதிகளைச் சந்தித்துச் சதித் திட்டம் தீட்டியது.

என்பன அந்த மூன்று வழக்குகள்.

அண்ணல் காந்தியின் வழியில் அறப்போர் நடத்திய பெருந்தலைவர் காமராசர் மீது இத்தகைய பொய் வழக்குகள் போடப்பட்டன. இந்த மூன்று வழக்குகளும் பொய் வழக்குகள் என்னும் உண்மை வெளியானது. நீதிபதி ஜே.பி. மன்றோ அவர்கள் காமராசரை விடுதலை செய்தார். அப்போது வைசிராயாக இருந்த வெலிங்டன் தமிழ்நாட்டில் சுற்றுப்பயணம் மேற்கொண்டார்.

வங்காளக் கவர்னர் ஜான் ஆண்டர்சனைக் கொல்வதற்குத் திட்டம் தீட்டிய காமராசரை வெளியே விட்டால் வைசிராயைக்

கொல்வதற்கும் திட்டம் தீட்டுவார் என்று கருதிய போலீசார், வைசிராயின் சுற்றுப்பயணம் முடியும்வரை காமராசரை விடுதலை செய்யவில்லை.

சிறையில் மூன்றாம் முறை

இரண்டாம் உலகப்போர் நடைபெற்றுக்கொண்டிருந்த நேரம். இந்தியத் தலைவர்களைக் கலந்து ஆலோசிக்காமல் இந்தியாவையும் போரில் ஈடுபடுத்தியது ஆங்கிலேயே அரசு. இதை இந்தியத் தலைவர்கள் எதிர்த்தனர்.

அப்போது சென்னையில் கவர்னராக இருந்தவர் ஆர்தர் ஹோப் என்பவர். அவர் இங்கிலாந்து நாட்டுக்காக யுத்த நிதி வசூலித்தார். இதைக் காங்கிரஸ் கட்சி எதிர்த்தது. அப்போது தமிழ்நாட்டுக் காங்கிரஸ் கட்சியின் தலைவராகக் காமராசர் இருந்தார்.

யுத்த நிதி வசூலித்ததைக் காமராசர் எதிர்த்தார். தமிழ்நாடு முழுவதும் சுற்றுப்பயணம் மேற்கொண்டு யுத்த நிதிக்கு எதிர்ப்பாகப் பிரச்சாரம் செய்தார்.

யுத்த நிதி வசூலுக்குத் தடையாக் காமரா இருப்பதைக் கண்ட ஆங்கிலேய அரசு, பாதுகாப்புச் சட்டத்தில் 1941ஆம் ஆண்டு அவரைக் கைதுசெய்து வேலூர் சிறையில் அடைத்தது. 1942ஆம் ஆண்டு மார்ச் மாதம் காமராசர் விடுதலையானார்.

சிறையில் நான்காம் முறை

1942ஆம் ஆண்டு ஆகஸ்ட் மாதத்தில் இந்திய விடுதலைப் போராட்டம் பெரும் திருப்பத்தைக் கண்டது. அத்திருப்பத்திற்குக் காரணம் 'வெள்ளையனே வெளியேறு' என்னும் புரட்சிப் போராட்டம்தான். ஆகஸ்ட் மாதத்தில் இப்புரட்சி நடைபெற்றதால் இதை 'ஆகஸ்ட் புரட்சி' என்று வரலாறு பொறித்துள்ளது. இந்தியர்கள் அனைவரும் போருக்கு ஒத்துழைக்க வேண்டும் என்று எண்ணிய ஆங்கிலேய அரசு இந்தியத் தலைவர்களுடன் பேசுவதற்கு ஒரு தூதுக்குழுவை அனுப்பியது. அதன் தலைவராகக் கிரிப்ஸ் என்பவர் வந்தார். காந்தியும், அபுல் கலாம் ஆசாத்தும் அவருடன் பேச்சுவார்த்தை நடத்தினர். பேச்சு வார்த்தையின் முடிவில் நிபந்தனையுடன் கூடிய விடுதலையைப் போருக்குப் பிறகு வழங்குவது என்று கிரிப்ஸ் முடிவெடுத்தார். காங்கிரஸ் தலைவர்கள் அதை ஏற்றுக்கொள்ளவில்லை.

இதை அடுத்து, மும்பையில் காங்கிரஸ் மாநாடு நடைபெற்றது. அம்மாநாட்டில் கலந்துகொள்வதற்காகத் தமிழ்நாட்டிலிருந்து காமராசருடன் முப்பது பேர் மும்பைக்குச் சென்றனர்.

இந்த மாநாட்டில் முழங்கிய நேரு அவர்கள் 'வெள்ளையனே வெளியேறு' என்னும் முழக்கத்தை முன்வைத்தார்.

இனியும் நாம் அடிமையாக இருக்க வேண்டியதில்லை, இன்று முதல் நாம் விடுதலை வீரர்கள், 'செய்' அல்லது 'செத்துமடி' என்று அண்ணல் காந்தி கூறினார்.

இந்த மாநாட்டின் மூலம் நாடு முழுவதும் விடுதலைத் தீ பரவும் என்பதை அனைவரும் அறிந்தனர். இதையறிந்த ஆங்கிலேய அரசு, மாநாட்டுச் செய்தி வெளியாவதற்கு முன்பே அனைத்துத் தலைவர்களையும் கைது செய்தது.

1942 ஆகஸ்ட் ஒன்பதாம் நாள், தமிழகத்திலிருந்து மும்பைக்குச் சென்றிருந்த தலைவர்கள் அனைவரும் காமராசருடன் தமிழ்நாடு திரும்பினர். மாநாட்டுச் செய்திகள் மக்களுக்குப் பரவும் முன்பே தலைவர்கள் கைது செய்யப்பட்டதை எண்ணி, காமராசர் வருந்தினார். ஆந்திரத்து இரயில் நிலையத்தில் இறங்கியதும் சஞ்சீவி ரெட்டி கைது செய்யப்பட்டதையும் அவர் நேரில் கண்டார்.

தமிழ்நாடு காங்கிரஸ் தலைவராக இருக்கும் தமது கடமையை அவர் எண்ணிப் பார்த்தார். எப்படியாவது தமிழ்நாடு முழுவதும் மும்பை மாநாட்டுச் செய்தியைப் பரப்ப வேண்டும் என்று முடிவு செய்தார்.

ஆந்திரத்தில் இறங்கிய சஞ்சீவி ரெட்டி கைது செய்யப்பட்டதைப் போல் சென்னையில் இறங்கியதும் தாமும் கைதாவோம் என்று காமராசர் உணர்ந்தார். அவர் வந்த ரயில் அரக்கோணத்தில் நின்றது. தலையில் ஒரு துண்டை எடுத்துக் கட்டிக்கொண்டு கிராமத்தானைப்போல் காமராசர் இறங்கினார். கையில் ஒரு மூட்டையும் எடுத்துக்கொண்டார். அந்த மூட்டை கிராமத்தானின் மூட்டையைப்போல் இருந்தாலும் அதில் இருந்தவை அனைத்தும் மும்பை மாநாட்டில் எடுக்கப்பட்ட தீர்மானத்தின் நகல்கள்.

இந்தத் தீர்மான நகலைத் தமிழ்நாடு முழுவதும் கொடுத்துப் போராட்டத் தீயை மூட்டுவதே தலைவர் காமராசரின் எண்ணம். அரக்கோணத்திலிருந்து பஸ்ஸில் சென்னைக்குப் போனாலும் கைதாவது உறுதி என்பது காமராசருக்குத் தெரியும். எனவே, சென்னைக்குப் போகாமல் அங்கிருந்து இராணிப்பேட்டைக்குப் பஸ்ஸில் போனார். காங்கிரஸ் கட்சியின் செயற்குழு உறுப்பினர் கல்யாணராம ஐயர் என்பவர் இராணிப்பேட்டையில் இருந்தார். நேரே அவர் வீட்டுக்குத்தான் காமராசர் போனார். இருவரும் மும்பை மாநாடு பற்றிக் கலந்துபேசினர்.

அடுத்தநாள் காலையில் இருவரும் தஞ்சாவூருக்கு ரயிலில் சென்றனர். திருவண்ணாமலையில் ரயில் நின்றபோது, தீர்மான நகல்களை அங்கே உள்ள காங்கிரஸ் அலுவலகத்திற்கு ஓர் ஆசிரியர் மூலம் கொடுத்து அனுப்பினார். இதேபோல் விழுப்புரம் ரயில் நிலையத்திலும் பத்திரிகை விற்பவர்கள் வாயிலாகத் தீர்மான நகல்களைக் காங்கிரஸ் பொறுப்பாளர்களிடம் காமராசர் சேர்த்தார்.

பின்னர், தஞ்சையில் இறங்கி அங்குள்ள காங்கிரஸ் பொறுப்பாளர்களிடம் போராட்டத் தகவல்களைத் தெரிவித்தார் காமராசர். அங்கிருந்து திருச்சிக்கு அன்று மாலை புறப்பட்டார். திருச்சியில் காங்கிரஸ் தலைவர்களைப் பிடிப்பதற்காகப் போலீஸ்காரர்கள் நின்றனர். அதைக் கண்ட காமராசர் பிளாட்பாரத்தில் இறங்காமல் எதிர்ப்பக்கத்தில் இறங்கித் தண்டவாளத்தைக் கடந்தார். காமராசரைப் பின்தொடர்ந்து சென்றார் கல்யாணராம ஐயர். திருச்சியில் உள்ள எல்லாத் தொண்டர்களையும் கிராமத்தான் வேடத்திலேயே காமராசர் சந்தித்தார். அவர்களிடம் 'வெள்ளையனே வெளியேறு' போராட்டம் பற்றி எடுத்துரைத்தார்.

அங்கிருந்து மதுரைக்குச் சென்றனர். மதுரையில் உள்ள காங்கிரஸ் தலைவர்களையும் தொண்டர்களையும் காமராசர்

சந்தித்தார். இராஜபாளையத்திலிருந்து வந்திருந்த பி.எஸ்.குமாரசாமி ராஜாவும் காமராசரைச் சந்தித்தார்.

காமராசர் மட்டும் அங்கிருந்து விருதுநகருக்குத் தனியாகக் கிளம்பினார். விருதுநகர் வந்து சேர்வதற்கு முன்பே ரெட்டியாபட்டியில் கிராமத்தான் வேடத்தில் காமராசர் இறங்கினார். அங்கிருந்தபடியே காங்கிரஸ் தொண்டர்களை அழைத்துப் பேசினார். அன்று இரவு நடந்தே தமது வீட்டுக்கு வந்த காமராசர், ஆகஸ்ட் புரட்சிப் பற்றிய செய்தியை ஓரளவு தமிழ்நாடு முழுவதும் பரப்பிய நிம்மதியில் தூங்கினார்.

காமராசரைக் கைது செய்வதற்காக வாராண்டுடன் போலீஸ்காரர்கள் அலைந்துகொண்டிருந்தனர். அடுத்தநாள் 1942ஆம் ஆண்டு ஆகஸ்ட் மாதம் பதினாறாம் நாள் காலையில் காவல் நிலையத்திற்குச் சொல்லி அனுப்பினார் காமராசர். அவர்கள் வந்து காமராசரைக் கைது செய்தனர். கைதுசெய்யப்பட்ட காமராசர் வேலூர் சிறையில் அடைக்கப்பட்டார். காமராசர் அங்கிருந்து அமராவதி சிறைக்கு மாற்றப்பட்டார். சில மாதங்கள் கழித்து மீண்டும் வேலூர் சிறைச்சாலைக்கு மாற்றப்பட்டார். 1945ஆம் ஆண்டு இரண்டாம் உலகப்போரில் ஆங்கிலேயர் வெற்றி பெற்றதால் பாதுகாப்புக் கைதிகள் அனைவரும் விடுதலை ஆனார்கள். அப்போது காமராசரும் விடுதலை செய்யப்பட்டார்.

இந்திய விடுதலைப் போரில் ஈடுபட்ட தமிழ்நாட்டுத் தலைவர்களில் குறிப்பிடத்தக்க இடத்தைப் பெற்ற காமராசர் நாட்டு விடுதலைக்காக நான்குமுறை சிறையில் இருந்துள்ளார். சிறையில் இருந்ததற்காக அந்தப் பெருந்தலைவர் கவலைப்பட்டதே கிடையாது. மாறாக, அவர் கைது செய்யப்படாமல் இருந்தபோதெல்லாம் கைது செய்யப்படாததற்காகத்தான் கவலைப்பட்டுள்ளார்.

சிந்தை, சொல், செயல் அனைத்திலும் நாடு என்ற ஒன்றையே கொண்டிருந்த அவரது சிறை வாழ்க்கையில் அவர் பல புத்தகங்களைப் படித்துள்ளார். காலத்தைக் காட்டும் கடிகாரத்தைக்கூட வைத்திருக்காத காமராசர், கால நேரம் பார்க்காமல் படித்திருக்கிறார்.

தமிழ்நாடு காங்கிரசின் தலைவர்

பதவியில் யாருக்காக இருக்கிறோம்? யாரால் பதவியில் அமரும் யோக்கியதை கிடைத்தது? பொதுமக்களால் தானே? மக்களிடம் தேர்தலின் போது, இதை இதைச் செய்கிறோம், இந்த இந்தத் திட்டங்களை நிறைவேற்றுகிறோம் என்று சொல்லி ஆதரவும் ஓட்டும் பெற்றோம்; பதவியில் அமர்ந்திருக்கிறோம். அன்று சொன்னபடி இன்று நடக்க வேண்டாமா?

● ● ●

தமிழ்நாடு காங்கிரஸ் கட்சியின் தலைவருக்கான தேர்தல் அப்போதெல்லாம் ஓராண்டுக்கு ஒருமுறை நடைபெற்றது. 1936ஆம் ஆண்டு தமிழ்நாடு காங்கிரஸ் கட்சித் தலைவருக்கான தேர்தல் காரைக்குடியில் நடைபெற்றது. அத்தேர்தலில் தலைவர் பதவிக்குச் சத்தியமூர்த்தி போட்டியிட்டார். அவரை எதிர்த்து முத்துரங்க முதலியாரை இராஜாஜி நிறுத்தினார். சத்தியமூர்த்தி தலைவராக வேண்டும் என்று காமராசர் முயற்சி மேற்கொண்டார். அத்தேர்தலில் சத்தியமூர்த்தியே தலைவராகத் தேர்ந்தெடுக்கப்பட்டார். செயலாளராகக் காமராசர் பணியாற்றினார்.

1937ஆம் ஆண்டு தமிழ்நாடு காங்கிரஸ் கட்சிக்குத் தலைவராக இராஜாஜி இருந்தார். 1938ஆம் ஆண்டு நடைபெற்ற தேர்தலில் தலைமைப் பதவிக்குச் சத்தியமூர்த்தி போட்டியிட்டார். ஆனால், அவரை எதிர்த்து முத்துரங்க முதலியாரை இராஜாஜி நிறுத்தினார். இந்தத் தேர்தலில் முத்துரங்க முதலியார் வெற்றி பெற்றார்.

1939ஆம் ஆண்டு நடைபெற்ற தேர்தலில் மீண்டும் தலைவர் பதவிக்குச் சத்தியமூர்த்தி போட்டியிட்டார். அப்போது ஓமந்தூர் இராமசாமி ரெட்டியாரைப் போட்டியாக நிறுத்தினார் இராஜாஜி. அந்தத் தேர்தலில் ஓமந்தூர் இராமசாமி ரெட்டியார் வெற்றி பெற்று, தமிழ்நாடு காங்கிரஸ் கட்சித் தலைவரானார்.

தமிழ்நாடு காங்கிரஸ் கட்சித் தலைவர் தேர்தலில் தம்மால் வெற்றி பெற முடியாது என்பதைச் சத்தியமூர்த்தி உணர்ந்தார். எனவே, 1940ஆம் ஆண்டு நடைபெற்ற தேர்தலில் காமராசரைத் தலைவர் பதவிக்கு நிறுத்தினார். காமராசருக்கு எதிராக, சி.பி.சுப்பையா என்பவரை இராஜாஜி நிறுத்தினார்.

சத்தியமூர்த்தியின் வேட்பாளராகிய காமராசரை எப்படியும் தோற்கடிக்க வேண்டும் என்று இராஜாஜி முயற்சி செய்தார். ஆனால், இராஜாஜியின் முயற்சி பலனளிக்கவில்லை. காமராசர் வெற்றி பெற்றார்.

1940க்குப் பிறகு தமிழ்நாடு காங்கிரஸ் கட்சி, காமராசரை மையமாகக் கொண்டே செயல்பட்டது. 1919ஆம் ஆண்டு காங்கிரஸ் கட்சியில் தொண்டராகச் சேர்ந்த காமராசர் இருபத்தொரு ஆண்டுகளுக்குப் பிறகு 1940ஆம் ஆண்டு, பலனை எதிர்பார்க்காத தொண்டின் காரணமாகவே தலைமைப் பதவியைப் பெற்றார் – சத்தியமூர்த்தியின் தொண்டர் காமராசர். தமது தொண்டன் தலைமைப் பொறுப்பிலிருக்கும்போது சத்தியமூர்த்தி கட்சிச் செயலாளராக இருந்து பணியாற்றினார்.

தலைமைப் பதவிக்கு வந்த காமராசர் சும்மா இருக்கவில்லை. தமிழ்நாட்டில் உள்ள குக்கிராமங்களுக்குக்கூட நடந்துசென்றார். தலைவர்களையும் தொண்டர்களையும் சந்தித்தார். தமிழ்நாட்டில் உள்ள காங்கிரஸ் தலைவர்களும் தொண்டர்களும் காமராசரின் அன்புக் கட்டளைக்காகக் காத்திருந்தனர்.

1940க்குப் பிறகு தனிநபர் சத்தியாக்கிரகம், ஆகஸ்ட் புரட்சி என்று தொடர்ந்து போராட்டம் நடைபெற்றுக் கொண்டிருந்ததால் தலைவர்கள் பலரும் சிறையில் இருந்தனர். அதனால், தமிழ்நாடு காங்கிரஸ் கட்சிக்குத் தேர்தல் நடைபெறவில்லை. காமராசரே தொடர்ந்து தலைவராக இருந்தார். இதற்கிடையே காமராசர் சிறையிலிருந்த போது சத்தியமூர்த்தி மரணம் அடைந்தார். தமது அரசியல் ஆசானின் இறுதி நாட்களில் அருகில் இருக்க முடியவில்லையே என்ற கவலை காமராசருக்கு இருந்தது.

1946ஆம் ஆண்டு தமிழ்நாடு காங்கிரஸ் கட்சித் தலைமைக்கு தேர்தல் வந்தது. அப்போது காமராசரை எதிர்த்து முத்துராமலிங்கத் தேவரைப் போட்டியிடுமாறு இராஜாஜி அணியினர் கேட்டுக்கொண்டனர். அதற்குத் தேவர் ஒத்துக்கொள்ளவில்லை. இறுதியில் காமராசரை எதிர்க்கவேண்டும் என்ற ஒரே நோக்கத்தில் சா.கணேசன் நிறுத்தப்பட்டார். அதில் காமராசருக்கு 152 வாக்குகளும் சா.கணேசனுக்கு 90 வாக்குகளும் கிடைத்தன.

1948ஆம் ஆண்டு நடைபெற்ற தமிழ்நாடு காங்கிரஸ் கட்சித்தலைவர் தேர்தலில் காமராசரை யாரும் எதிர்த்துப் போட்டியிடவில்லை. காமராசரே ஒரு மனதாகத் தேர்ந்தெடுக்கப்பட்டார்.

1950ஆம் ஆண்டு நடைபெற்ற கட்சித்தலைவர் தேர்தலில் 1940ஆம் ஆண்டு காமராசரை எதிர்த்துப் போட்டியிட்டுத் தோற்றுப்போன சி.பி.சுப்பையாவே மீண்டும் போட்டியிட்டார். அந்தத் தேர்தலிலும் காமராசரே வெற்றி பெற்றார். காமராசர் 155

வாக்குகளைப் பெற்றார். சி.பி.சுப்பையாவுக்கு 99 வாக்குகள் மட்டுமே கிடைத்தன.

1952ஆம் ஆண்டு நடைபெற்ற பொதுத்தேர்தலில் காங்கிரஸ் கட்சிக்குப் பெரும்பான்மை கிடைக்கவில்லை. அதனால், காமராசர் தமிழ்நாடு காங்கிரஸ் கட்சித்தலைவர் பதவியைவிட்டு விலகினார். அப்போது மட்டும் சுப்பராயன் தமிழ்நாடு காங்கிரஸ் கட்சித்தலைவராக நியமிக்கப்பட்டார். சுப்பராயன் தலைவராக வருவதற்கும் காமராசர்தான் முயற்சி செய்தார்.

1952ஆம் ஆண்டின் இறுதியில் மீண்டும் தமிழ்நாடு காங்கிரஸ் கட்சிக்குத் தேர்தல் வந்தது. அந்தத் தேர்தலிலும் காமராசரைத் தலைவராக அனைவரும் ஒரு மனதாகத் தேர்ந்தெடுத்தனர்.

1940ஆம் ஆண்டு தமிழ்நாடு காங்கிரஸ் கட்சியின் தலைவராகத் தேர்ந்தெடுக்கப்பட்ட காமராசர், 1954ஆம் ஆண்டு வரை தமிழ்நாடு காங்கிரஸ் கட்சியின் தலைவராக இருந்து கட்சியை வளர்த்தார். இடையில் சில மாதங்கள் அவராகவே பதவியிலிருந்து விலகினார்.

தலைமைப் பதவியைத் தேடி, காமராசர் என்றுமே போனதில்லை. காலம்தான் அவரைத் தலைமைப் பதவிக்கு இழுத்துச்சென்றது. தொண்டர்களின் வற்புறுத்தலுக்காகவே காமராசர் பலமுறை தலைவர் தேர்தலில் போட்டியிட்டார் என்பதுதான் உண்மை.

முதல்வர்களை உருவாக்கிய முதல்வர்

எப்பவுமே நான் சொல்வேன். பதவின்னு வரும்போது அதுமேல் ஆசைப்படாமல் இருந்தால்தான் தப்புச் செய்யமாட்டோம். பதவி ஆசை வந்தா அது அறிவைக் கெடுத்திடும்னேன்.

•••

1937ஆம் ஆண்டு இந்திய மாநிலங்களுக்குத் தேர்தல் நடைபெற்றது. அப்போதைய சென்னை மாநிலத்தில் தமிழ்நாட்டுடன் கேரளா, ஆந்திரா, கர்நாடகம் ஆகியவற்றின் பகுதிகளும் இணைந்திருந்தன. அந்தத் தேர்தலில் காமராசர் சாத்தூர் விருதுநகர் தொகுதியிலிருந்து சட்டப்பேரவைக்குத் தேர்ந்தெடுக்கப்பட்டார்.

இந்தத் தேர்தலில் சத்தியமூர்த்தி பல்கலைக்கழகத் தொகுதியில் போட்டியிட விரும்பினார். இராஜாஜியும் தேர்தலில் போட்டியிட விரும்பினார். ஆனால், அவருக்கு எளிதில் வெற்றிபெறும் தொகுதி எதுவும் கிடைக்கவில்லை. சத்தியமூர்த்தி போட்டியிடும் பல்கலைக்கழகத் தொகுதி எளிதில் வெற்றிபெறும் தொகுதி என்று இராஜாஜிக்குத் தோன்றியது. எனவே, பல்கலைக்கழகத் தொகுதியை இராஜாஜிக்கு விட்டுக்கொடுக்கும்படி சத்தியமூர்த்தி கேட்டுக்கொள்ளப்பட்டார். காங்கிரஸ் கட்சி வெற்றி பெற்றால் ஆட்சியமைக்கும் வாய்ப்பு இராஜாஜிக்கு வேண்டும். அதற்கு அவர் ஏதாவது ஒரு தொகுதியிலிருந்து வெற்றி பெறவேண்டும். அந்த வெற்றி பெறும் தொகுதியாகப் பல்கலைக்கழகத் தொகுதியைக் கருதியதால்தான் சத்தியமூர்த்தியிடம் தொகுதி கேட்கப்பட்டது. அப்போது சத்தியமூர்த்திக்கும் இராஜாஜிக்கும் இடையே

எழுதப்படாத ஓர் ஒப்பந்தம் இருந்தது. காங்கிரஸ் கட்சி சென்னை மாநிலத்தில் வெற்றி பெற்று இராஜாஜி ஆட்சி அமைத்தால் அவரது அமைச்சரவையில் சத்தியமூர்த்திக்கு அமைச்சர் பதவி கொடுக்கவேண்டும் என்பதுதான் அந்த ஒப்பந்தம்.

சென்னை மாநிலத்தில் உள்ள 215 தொகுதிகளில் காங்கிரஸ் கட்சி 159 தொகுதிகளில் வெற்றி பெற்றது. இராஜாஜி ஆட்சியமைத்தார். ஆனால், அவர் தமது அமைச்சரவையில் சத்தியமூர்த்திக்கு இடம் கொடுக்கவில்லை.

தேர்தலில் காங்கிரஸ் வெற்றிபெற வேண்டும் என்று காமராசரும் சத்தியமூர்த்தியும் தொடர்ந்து பிரச்சாரம் செய்தார்கள். அந்தப் பிரச்சாரத்தின் பயனாகத்தான் 159 தொகுதிகளில் காங்கிரஸ் வெற்றி பெற்றது. மேலும், சத்தியமூர்த்தி பல்கலைக்கழகத் தொகுதியை விட்டுக்கொடுத்திருக்காவிட்டால் இராஜாஜி தேர்தலிலேயே நின்றிருக்க முடியாது. இதையெல்லாம் இராஜாஜி எண்ணிப்பார்க்கவில்லை.

சத்தியமூர்த்திக்கு அமைச்சரவையில் இடம் கிடைக்காததால் காமராசருக்கு மிகுந்த கோபம். ஆனால், அவர் அதை வெளிக்காட்டவில்லை.

1942ஆம் ஆண்டு நடைபெற்ற 'வெள்ளையனே வெளியேறு' போராட்டத்தில் இராஜாஜி கலந்துகொள்ளவில்லை. இந்த

வேளையில் ஆங்கிலேயர்களை எதிர்த்துப் போராட வேண்டியதில்லை என்று கூறினார். இதைக் காங்கிரஸ் தலைவர்கள் ஏற்றுக்கொள்ளவில்லை.

மேலும், பாகிஸ்தான் பிரிவினைக்கும் அவர் ஆதரவு தெரிவித்தார். 1942ஆம் ஆண்டு ஏப்ரல் மாதத்தில் சட்டப்பேரவை உறுப்பினர்களைக் கூட்டி, பாகிஸ்தான் பிரிவினைக்கு ஆதரவு தீர்மானத்தை நிறைவேற்றினார். இதே தீர்மானத்தை அலகாபாத்தில் நடைபெற்ற அகில இந்திய காங்கிரஸ் கட்சிக் கூட்டத்திலும் கொண்டுவந்தார். அங்கே அத்தீர்மானத்திற்கு ஆதரவாக 15 வாக்குகளும், எதிர்த்து 105 வாக்குகளும் விழுந்தன. பிடிவாதத்திற்குப் பேர் போன இராஜாஜி அப்போதும் தமது பிரிவினைக் கொள்கையை மாற்றிக்கொள்ளவில்லை. மாறாக, காங்கிரஸ் கட்சியிலிருந்து விலகினார்.

1946ஆம் ஆண்டு மீண்டும் பொதுத்தேர்தல் நடைபெற இருந்தது. அதற்கு முன்பாகத் தமிழ்நாடு காங்கிரஸ் கட்சிக் கூட்டம் 1945ஆம் ஆண்டு அக்டோபர் மாதத்தில் நடைபெற்றது. நடைபெற இருக்கும் தேர்தலுக்கு வேட்பாளர்களைத் தேர்வு செய்வதும் கட்சியின் செயற்குழு உறுப்பினர்களைத் தேர்வு செய்வதுமே அக்கூட்டத்தின் நோக்கம்.

இந்தச் சமயத்தில் இராஜாஜி மீண்டும் காங்கிரஸ் கட்சியில் சேர்வதற்கு முயற்சி செய்தார். காமராசருக்குப் பின்னால் நிற்கும் தொண்டர் பலத்தை அகில இந்திய காங்கிரஸ் கட்சிக்குத் தெரிவிப்பதற்குக் காமராசரின் தொண்டர்கள் விரும்பினார்கள். அதற்காகவே 1945ஆம் ஆண்டு அக்டோபர் முப்பதாம் நாள் திருப்பரங்குன்றத்தில் காங்கிரஸ் தொண்டர்கள் மாநாடு நடத்த ஏற்பாடு செய்தார்கள். இந்த மாநாட்டு அழைப்பு இராஜாஜிக்கு அனுப்பப்படவில்லை.

திருப்பரங்குன்ற மாநாட்டில், 'இராஜாஜிக்குத் தலைமைப் பதவி வழங்கக்கூடாது' என்னும் தீர்மானம் நிறைவேறியது. அடுத்தநாள் மதுரையில் நடைபெற்ற செயற்குழுக்கூட்டத்தில் தமிழ்நாடு காங்கிரஸ் கட்சிக்குச் செயற்குழு உறுப்பினர்களை நியமிக்கும் உரிமை தமிழ்நாடு காங்கிரஸ் கட்சிக்கே வேண்டும் என்னும் தீர்மானம் நிறைவேற்றப்பட்டது.

செயற்குழு உறுப்பினர்களைத் தமிழ்நாடு காங்கிரஸ் கட்சிதான் நியமிக்கும் என்னும் தீர்மானத்தை இராஜாஜியின் ஆதரவாளர்கள் எதிர்த்தனர். இராஜாஜிக்கும் காமராசருக்கும் இடையே எழுந்த

இந்தச் சிக்கலைத் தீர்ப்பதற்கு வல்லபாய் பட்டேல் முயற்சி செய்தார். அவர் காமராசரை அழைத்துப் பேசினார். செயற்குழுவில் எட்டு உறுப்பினர்கள் இருக்கவேண்டும் என்றும் அதில் தலைவர், துணைத் தலைவர் நீங்கலாக இருக்கும் ஆறு பேரில் ஒவ்வோர் அணி சார்பிலும் மூவரை நியமித்துக்கொள்ளலாம் என்றும் முடிவு செய்யப்பட்டது. பட்டேலின் இந்த முடிவைக் காமராசரும் இராஜாஜியும் ஏற்றுக்கொண்டனர்.

இந்தச் சமரசத் திட்டத்தின்படி தலைவர், துணைத்தலைவருடன் சேர்ந்து காமராசர் அணியில் ஐந்து பேரும் இராஜாஜி அணியில் மூன்று பேரும் இருந்தனர். இராஜாஜி அணியிலும் இராஜாஜிக்கு இடமளிக்கவில்லை.

காமராசர், ருக்மணி லட்சுமிபதி, முத்துரங்க முதலியார், ஓமந்தூர் இராமசாமி ரெட்டியார், அவினாசிலிங்கம் செட்டியார் ஆகிய ஐவரும் காமராசர் அணியினர். சி.பி.சுப்பையா, முனுசாமி பிள்ளை, அண்ணாமலை பிள்ளை ஆகிய மூவரும் இராஜாஜி அணியினர்.

1946ஆம் ஆண்டு நடைபெற்ற தேர்தலில் காமராசர், சாத்தூர் - அருப்புக்கோட்டைத் தொகுதியில் தேர்ந்தெடுக்கப்பட்டார். மொத்தம் உள்ள 205 இடங்களில் 165 இடங்களில் காங்கிரஸ் வெற்றிபெற்றது. அப்போது, தமிழ்நாடு காங்கிரஸ் கட்சியின் தலைவராகப் பிரகாசமும் கேரளக் காங்கிரஸ் கட்சிக்குத் தலைவராக மாதவ மேனனும் இருந்தனர்.

சென்னை மாநிலத்திற்கு யாரை முதல்வர் ஆக்குவது என்ற பிரச்சனை எழுந்தது. இராஜாஜியை முதல்வராக்குவதற்குக் காந்தியடிகள் விரும்பினார். இதைப் பட்டேலிடம் அவர் தெரிவித்தார். காங்கிரஸ் தலைவர்களிடம் காந்தியடிகளின் கருத்தைப் பட்டேல் எடுத்துக்கூறினார்.

அதைத் தமிழ்நாடு காங்கிரஸ் தலைவர்கள் ஏற்றுக்கொள்ளவில்லை. காமராசர், பிரகாசம், மாதவமேனன் மூவரும் டில்லிக்குச் சென்று காந்தியடிகளையும் அப்போதைய காங்கிரஸ் தலைவர் அபுல்கலாம் ஆசாத்தையும், பட்டேலையும் சந்தித்தார்கள். பட்டாபி சீதாராமையாவும், இராஜாஜியும் டில்லியிலேயே இருந்தார்கள்.

'பட்டாபி, இராஜாஜி, பிரகாசம் மூவருமே சேர்ந்து மந்திரி சபை அமைக்கலாமே' என்றார் ஆசாத்.

பட்டாபி சீதாராமையா அதை ஏற்றுக்கொள்ளவில்லை.

அடுத்தநாள் காந்தியடிகள், பட்டாபி சீதாராமையாவைச் சந்தித்தார். அப்போது காந்தியடிகள், "தமிழ்நாடு காங்கிரஸ் கட்சி இராஜாஜியை முதல்வராகத் தேர்வு செய்யுமா?" என்று கேட்டார்.

அதற்குப் பட்டாபி, "சந்தேகம்தான்" என்று கூறிவிட்டார்.

"அப்படியானால் உங்களைத் தேர்வு செய்யுமா?" என்று காந்தியடிகள் கேட்டார்.

"அதைக் காமராஜிடம்தான் கேட்கவேண்டும்" என்று பட்டாபி பதில் கூறினார்.

காந்தியடிகள், காமராசரைத் தனியாகச் சந்தித்துப் பேசினார். அப்போது, "தமிழ்நாடு காங்கிரஸ் கட்சி, இராஜாஜியைத் தேர்வு செய்யாது என்றால், பட்டாபி சீதாராமையாவையாவது தேர்வு செய்யுமா?" என்று கேட்டார்.

"இராஜாஜி ஒத்துழைப்புத் தந்தால் பட்டாபி சீதாராமையாவைத் தேர்ந்தெடுக்கலாம்" என்று காமராசர் தெரிவித்தார்.

சட்டப்பேரவைக் கட்சித்தலைவர் பதவிக்குப் போட்டி நிலவியதைக் கண்ட இராஜாஜி போட்டியிலிருந்து விலகிவிட்டார். அதனால் பிரகாசம் போட்டியிட்டார். அவரை எதிர்த்து முத்துரங்க முதலியார் போட்டியிட்டார். இந்தத் தலைவர் தேர்தலில் இராஜாஜியின் ஆதரவாளர்கள் நடுநிலை வகித்தனர். சட்டப்பேரவை கட்சித்தலைவராகப் பிரகாசம் வெற்றி பெற்று முதல்வரானார்.

பிரகாசத்தின் நடவடிக்கை பலருக்குப் பிடிக்கவில்லை. அவர்மீது நம்பிக்கையில்லாத் தீர்மானம் கொண்டுவருவதற்கு முயற்சி செய்தனர். அதையறிந்த பிரகாசம், "நீங்கள் யாரை மந்திரியாக்கச் சொல்கிறீர்களோ அவர்களை மந்திரியாக்குகிறேன்" என்று காமராசரிடம் கேட்டுக்கொண்டார். ஆனால், காமராசர் அதற்கு ஒத்துக்கொள்ளவில்லை.

1947ஆம் ஆண்டு நடைபெற்ற சட்டப்பேரவைக் கட்சித்தலைவர் தேர்தலில் ஓமந்தூர் இராமசாமி ரெட்டியார் தேர்ந்தெடுக்கப்பட்டார். சென்னை மாநில முதல்வர் ஆனார்.

1949ஆம் ஆண்டு நடைபெற்ற சட்டப்பேரவைக் கட்சித்தலைவர் தேர்தலின்போது ஓமந்தூர் இராமசாமி ரெட்டியார்மேல் எல்லோரும் வெறுப்புக்கொண்டிருந்தனர்.

பிரகாசமும் இராஜாஜி அணியினரும் ஒன்று சேர்ந்து சுப்பராயனைத் தலைவராகத் தேர்ந்தெடுக்க முயற்சி செய்தனர். ஆனால், அது நடக்கவில்லை. இறுதி நேரத்தில் குமாரசாமி ராஜாவுக்குக் காமராசர் ஆதரவு கொடுத்தார். குமாரசாமி ராஜா சட்டப்பேரவைக் கட்சித்தலைவராகி முதல்வரானார். 1952ஆம் ஆண்டு பொதுத்தேர்தல் முடியும் வரை குமாரசாமி ராஜாவே முதல்வராக இருந்தார்.

1952ஆம் ஆண்டு விடுதலை இந்தியாவில் முதல் பொதுத்தேர்தல் நடைபெற்றது. இந்தப் பொதுத்தேர்தலில் சென்னை மாநிலக் காங்கிரஸ் கட்சிக்குப் பெரும்பான்மை கிடைக்கவில்லை. 375 பேரவைத் தொகுதிகளில், 152 தொகுதிகள் மட்டுமே காங்கிரசுக்குக் கிடைத்தன. அப்போது முதல்வராக இருந்த குமாரசாமி ராஜா தேர்தலில் தோல்வியடைந்தார். சென்னை மாநிலத்துடன் இருந்த ஆந்திரப் பகுதியில் போட்டியிட்ட நீலம் சஞ்சீவ ரெட்டியும் தோல்வியடைந்தார்.

152 உறுப்பினர்களைக் கொண்ட சென்னை மாநிலக் காங்கிரஸ் கட்சி, பெரும்பான்மைப் பெறாவிட்டாலும் தனிப்பெருங்கட்சியாக இருந்ததால் சென்னை மாநிலத்தில் ஆட்சி அமைக்க முடியும் என்னும் நம்பிக்கை இருந்தது. சுயேட்சைகளையும் சில சிறிய கட்சிகளையும் சேர்த்தால் பெரும்பான்மை கிடைக்கும் என்ற சூழ்நிலை இருந்தது.

எப்படியாவது காங்கிரஸ் கட்சி ஆட்சிக்கு வரவேண்டும் என்னும் எண்ணத்தில் காமராசர் உறுதியாக இருந்தார். ஆந்திரம்,

கேரளம் சேர்ந்த சென்னை மாநிலத்திற்கு இராஜாஜி முதல்வராக வந்தால் நல்லது என்று எண்ணிய காமராசர், இராஜாஜியிடம் கொண்டிருந்த கசப்புணர்வை மறந்து, ஆட்சி அமைக்கும்படி வேண்டிக்கொண்டார்.

சென்னை மாநிலத்தில் முதல்வராக வருபவர் தேர்தலில் போட்டியிடாமல் எப்படி வருவது என்னும் கேள்வியை ஜவகர்லால் நேரு எழுப்பினார். பின்னர், சென்னை மாநிலத்தின் அப்போதைய நிலையைக் கருத்திற்கொண்டு பேரவைக்கு நியமன உறுப்பினராக இராஜாஜியை ஆளுநர் நியமிக்கலாம் என்று முடிவெடுத்தார். அதன்படி 1952ஆம் ஆண்டு ஏப்ரல் மாதம் பதினைந்து அமைச்சர்களுடன் இராஜாஜி பதவியேற்றார். இராஜாஜி ஆட்சி அமைப்பதற்கு சஞ்சீவ ரெட்டி, குமாரசாமி ராஜா ஆகியோரும் முயற்சி செய்தனர் என்றாலும் காமராசரின் விடாமுயற்சியால்தான் இராஜாஜி முதல்வராக முடிந்தது.

1953ஆம் ஆண்டு சென்னை மாநிலத்திலிருந்து ஆந்திரா பிரிந்து சென்றது. சென்னை மாநகர், ஆந்திரத்துடன் செல்லாமல் இருப்பதற்கு இராஜாஜி பெருமுயற்சி மேற்கொண்டார்.

1953ஆம் ஆண்டு ஒரு புதிய கல்வித் திட்டத்தை இராஜாஜி அறிமுகம் செய்தார். அதுவரை கல்விக்கூடங்கள் ஆறுமணி நேரம் வேலை செய்தன. இராஜாஜியின் திட்டப்படி கல்விக்கூடங்கள் மூன்றுமணி நேரம் இயங்கினால் போதும். மீதமுள்ள மூன்றுமணி நேரமும் மாணவர்கள் அவரவர் குடும்பத்திலுள்ள தொழில்களைச் செய்யவேண்டும் என்று அறிவித்தார். இத்திட்டத்தைக் குலக்கல்வித் திட்டம் என்றுகூறி எதிர்க்கட்சியினரும் காங்கிரஸ் கட்சியைச் சேர்ந்தவர்களும் எதிர்த்தனர். குறிப்பாகத் திராவிடர் கழகமும், திராவிட முன்னேற்றக் கழகமும் இதை வன்மையாக எதிர்த்துப் போராட்டங்கள் நடத்தின.

சென்னை மாநிலத்திலிருந்து ஆந்திரம் பிரிந்து சென்ற பிறகு காங்கிரஸ் கட்சிக்குச் சட்டப்பேரவையில் பெரும்பான்மை கிடைத்தது. தமிழ்நாடு காங்கிரஸ் தொண்டர்களில் பெரும்பான்மையோர் காமராசரின் கட்டளைக்காகக் காத்திருந்தார்கள்.

இராஜாஜி அறிவித்த குலக்கல்வித் திட்டத்தைக் காமராசரும் ஏற்றுக்கொள்ளவில்லை. ஆனால், இராஜாஜியை எதிர்த்துச் செயல்படுவதற்கு காமராசர் விரும்பவில்லை.

இராஜாஜி தமது குலக்கல்வித் திட்டத்தைத் திரும்பப் பெறப்போவதில்லை என்பதில் மிகவும் பிடிவாதமாக இருந்தார். இந்தக் குலக்கல்வித் திட்டத்தை வரதராஜுலு நாயுடுவும் கடுமையாக எதிர்த்தார். இராஜாஜி தமது குலக்கல்வித் திட்டத்தைத் திரும்பப் பெறாவிட்டால் முதல்வர் பதவியிலிருந்து விலகவேண்டும் என்று வெளிப்படையாக அவர் கூறினார்.

காமராசர் முதல்வராக ஒப்புதல் அளித்தால் இராஜாஜியைப் பதவியைவிட்டு இறக்கிவிடலாம் என்று வரதராஜுலு நாயுடு எண்ணினார். ஆனால், காமராசர் 'முதல்வராக வரமாட்டேன்' என்று கூறிவிட்டார். காமராசருக்கு எப்போதுமே பெரியார்மேல் மரியாதை உண்டு. பெரியார் வந்து வற்புறுத்தினால் முதல்வராவதற்குக் காமராசர் ஒத்துக்கொள்வார் என்று வரதாராஜுலு நாயுடு நினைத்தார்.

அப்போது பெரியார் சிதம்பரத்தில் நடைபெற்ற பொதுக்கூட்டத்தில் கலந்துகொள்வதற்குச் சென்றிருந்தார். அவரைச் சென்னைக்குத் திரும்ப வருமாறு வரதாராஜுலு நாயுடு வேண்டிக்கொண்டார். பெரியார் சென்னைக்குத் திரும்பினார். வரதராஜுலு நாயுடுவின் வீட்டில் பெரியார், காமராசர், வரதாராஜுலு நாயுடு மூவரும் சந்தித்தனர்.

காமராசரை முதல்வராகும்படி பெரியார் வற்புறுத்தினார். மேலும், காமராசர் ஆட்சிக்கு முழு ஆதரவு தருவேன் என்றும் பெரியார் உறுதி கூறினார். காமராசர் முதல்வராக வேண்டும் என்னும் கோரிக்கையுடன் ஒரு குழுவினர் டில்லிக்குச் சென்றனர்.

நிலைமையை அறிந்த ஜவகர்லால் நேரு சென்னை மாநில அரசியலில் தலையிடாமல் உங்கள் ஆட்சியை நீங்களே முடிவு செய்துகொள்ளுங்கள் என்று கூறிவிட்டார்.

நேருவின் ஆதரவு தனக்குக் கிடைக்கும் என்ற இராஜாஜியின் நம்பிக்கை வீண் போனது. வேறு வழியில்லாமல் உடல்நிலையைக் காரணம் காட்டி முதல்வர் பதவியிலிருந்து இராஜாஜி விலகினார்.

காங்கிரஸ் சட்டமன்ற உறுப்பினர்கள் அனைவரும் காமராசரே முதல்வராக வரவேண்டும் என்றனர். பதவியை விரும்பிச் செல்லாத காமராசரைக் காலம், முதல்வர் பதவியை நோக்கி இழுத்துச்சென்றது. 1954ஆம் ஆண்டு மார்ச் இருபத்தைந்தாம் நாள் காங்கிரஸ் கட்சி சட்டப்பேரவை உறுப்பினர்களின் கூட்டம் நடைபெற்றது. அந்தக் கூட்டத்தில் சி.சுப்பிரமணியத்தைத் தற்காலிக முதல்வராக நியமிக்கலாம் என்று இராஜாஜி கூறினார். ஆனால், அதைப் பலர் ஏற்றுக்கொள்ளவில்லை.

மார்ச் முப்பதாம் நாள் சட்டப்பேரவைக் காங்கிரஸ் கட்சியின் தலைவருக்கான தேர்தல் நடைபெற்றது. காமராசரை வரதாராஜுலு நாயுடுவும் அண்ணாமலை பிள்ளையும் தலைவர்க்கான வேட்பாளராக நிறுத்தினார்கள். சி.சுப்பிரமணியத்தைப் பக்தவச்சலமும் கிருஷ்ணாராவும் நிறுத்தினர். தேர்தலில் காமராசர் 93 வாக்குகள் பெற்று வெற்றி பெற்றார். சி.சுப்பிரமணியம் 41 வாக்குகள் மட்டுமே பெற்றார்.

1954ஆம் ஆண்டு ஏப்ரல் பதின்மூன்றாம் நாள் தமிழ்ப் புத்தாண்டு அன்று தமிழக முதல்வராக காமராசர் பதவியேற்றார். காமராசருடன் ஏழுபேர் அமைச்சர்கள் ஆனார்கள். எம்.பக்தவத்சலம், சி.சுப்பிரமணியம், எஸ்.எஸ்.இராமசாமிப் படையாச்சி, இராமநாதபுரம் இராஜா இராஜேஸ்வர சேதுபதி, ஏ.பி.ஷெட்டி, எம்.ஏ.மாணிக்க வேலர், பி.பரமேசுவரன் ஆகியோர் காமராசரின் அமைச்சரவையின் அமைச்சர்கள் ஆவர்.

சி.சுப்பிரமணியமும், எம்.பக்தவச்சலமும் இராஜாஜியின் ஆதரவாளர்கள் என்றாலும் அவர்களுக்கும் அமைச்சர் பதவி வழங்கிய பெருந்தன்மை கொண்டவராகக் காமராசர் விளங்கினார். இந்த அமைச்சரவையில் உள்ள பி.பரமேசுவரன் தாழ்த்தப்பட்ட சமுதாயத்தைச் சேர்ந்தவர். அவர்தான் இந்து அறநிலையத்துறை அமைச்சராக நியமிக்கப்பட்டார் என்பது குறிப்பிடத்தக்கது ஆகும். வைக்கம் போராட்டத்தில் கலந்துகொண்ட காமராசர் ஆலய நிர்வாகத்தையே தாழ்த்தப்பட்டவரிடம் கொடுத்தது காமராசரின் பொற்கால ஆட்சியின் தொடக்கமாக அமைந்தது. மேலும், இந்த அமைச்சரவையில் பிராமணர் ஒருவர்கூட இல்லை. எனவே, 'பச்சைத்தமிழர் அமைச்சரவை' என்று தந்தை பெரியார் பாராட்டினார்.

1952இல் நடைபெற்ற தேர்தலில் காமராசர் திருவில்லிபுத்தூர் நாடாளுமன்றத் தொகுதியிலிருந்து தேர்ந்தெடுக்கப்பட்டார். 1954ஆம் ஆண்டு முதல்வாரன காமராசர் தமிழ்நாட்டில் ஏதாவது ஒரு சட்டப்பேரவைத் தொகுதியில் வெற்றிபெற வேண்டும். அதற்காக, அப்போது காலியாக இருந்த குடியாத்தம் தொகுதியில் போட்டியிட்டுக் காமராசர் வெற்றி பெற்றார். அவரை எதிர்த்து, கம்யூனிஸ்ட் கட்சியைச் சேர்ந்த கோதண்டராமன் என்பவர் போட்டியிட்டார்.

1957ஆம் ஆண்டு நடைபெற்ற பொதுத்தேர்தலில் தமிழ்நாடு சட்டப்பேரவைக்கான 205 தொகுதிகளில் 151 தொகுதிகளில்

காங்கிரஸ் வெற்றி பெற்றது. இந்தத் தேர்தலில் அனைத்து அமைச்சர்களும் வெற்றி பெற்றனர். இது காமராசர் ஆட்சியின் பெருமையாகும். சட்டப்பேரவைக் காங்கிரஸ் கட்சி போட்டியின்றிக் காமராசரை மீண்டும் தலைவராகத் தேர்ந்தெடுத்தது. 1957ஆம் ஆண்டு முன்பு பதவியேற்ற ஏப்ரல் மாதம் பதின்மூன்றாம் நாள் காமராசர் மீண்டும் முதலமைச்சரானார். காமராசரின் இரண்டாம் அமைச்சரவையில் அவருடன் எட்டு அமைச்சர்கள் பதவியேற்றனர். முதல் அமைச்சரவையிலிருந்த சி.சுப்பிரமணியம், எம்.பக்தவச்சலம், ஏ.மாணிக்கவேலர் ஆகிய மூவரும் மீண்டும் அமைச்சராயினர். மேலும், பி.கக்கன், வி.இராமையா, திருமதி.லூர்தம்மாள் சைமன் ஆகியோர் புதிய அமைச்சர்களாகச் சேர்த்துக்கொள்ளப்பட்டார்கள். அடுத்து ஆர்.வெங்கட்ராமனும் காமராசர் அமைச்சரவையில் சேர்த்துக்கொள்ளப்பட்டார்.

1962ஆம் ஆண்டு நடைபெற்ற பொதுத்தேர்தலில் 206 தொகுதிகளில் காங்கிரஸ் 139 தொகுதிகளில் வெற்றி பெற்றது. காமராசர் சாத்தூர் தொகுதியில் தேர்ந்தெடுக்கப்பட்டார். காங்கிரஸ் கட்சியின் சட்டப்பேரவைத் தலைவராகக் காமராசர் இந்த முறையும் போட்டியின்றித் தேர்ந்தெடுக்கப்பட்டார்.

காமராசருடன் சேர்த்து ஒன்பது அமைச்சர்கள் பதவியேற்றனர். எம்.பக்தவத்சலம், ஆர்.வெங்கட்ராமன், பி.கக்கன், திருமதி ஜோதி வெங்கடாச்சலம், என்.எஸ்.எஸ்.மன்றாடியார், எஸ்.எம்.அப்துல் மஜீத், வி.இராமையா, ஜி.பூவராகன் ஆகியோரே அந்த அமைச்சர்கள். தமிழ்நாட்டை ஆண்ட காங்கிரஸ் முதல்வர்களில் நீண்டகாலம் ஆட்சியில் இருந்தவர் காமராசர் மட்டுமே ஆவார். 1954ஆம் ஆண்டு முதல் 1963ஆம் ஆண்டுவரை தொடர்ந்து மூன்றுமுறை முதல்வராக இருந்தார். 1963ஆம் ஆண்டில் அவரே அறிமுகப்படுத்திய காமராசர் திட்டத்தின்படி முதல்வர் பதவியிலிருந்து காமராசர் விலகினார்.

காமராசர் திட்டம்

அத்தனை பேரும் படிக்கணும். வயிற்றிலே ஈரமில்லாதவன் எப்படிப் படிப்பான்? அவனுந்தானே நம் இந்தியாவுக்குச் சொந்தக்காரன். ஏழைக் குழந்தைகளுக்குப் பள்ளிக்கூடத்திலேயே சோறு போட்டுப் படிக்க வைக்கணும். இது மிக முக்கியம் உடனடியாகத் தொடங்கிவிடணும்.

• • •

இந்தியா விடுதலை பெறுவதற்கு முன்பு காங்கிரசுக்கு இருந்த ஒரே நோக்கம், இந்திய விடுதலை. இந்தியா விடுதலை பெற்ற பிறகு காங்கிரஸ் கட்சியின் நோக்கம், இந்தியாவின் முன்னேற்றமாக இருந்தது. ஆனால், இந்த நோக்கம் கொஞ்சம்கொஞ்சமாகத் தேயத்தொடங்கியது.

தன்னல உணர்வு கொண்டவர்கள் தலைமைப் பதவிக்கும் அமைச்சர் பதவிக்கும் போட்டிப் போடுவதைக் குறிக்கோளாகக் கொண்டு செயல்பட்டனர். தலைமைப் பதவியும் அமைச்சர் பதவியும் மக்களுக்குத் தொண்டு செய்வதற்குக் கிடைக்கும் வாய்ப்பு என்பதை மறந்துவிட்டனர்.

இந்த மனநிலை வளர்வது நாட்டுக்கும், நாட்டு முன்னேற்றத்தைக் குறிக்கோளாகக் கொண்ட காங்கிரஸ் கட்சிக்கும் நல்லதல்ல என்பதைக் காமராசர் உணர்ந்தார்.

1962ஆம் ஆண்டு பொதுத்தேர்தல் வந்தது. இந்தத் தேர்தலில் காங்கிரஸ் கட்சி, தமிழ்நாட்டில் 139 தொகுதிகளில் மட்டுமே

வெற்றி பெற்றது. 1957ஆம் ஆண்டு நடைபெற்ற தேர்தலில் அது 155 தொகுதிகளில் வெற்றி பெற்றிருந்தது.

தமிழ்நாட்டில் காங்கிரஸ் கட்சியின் வலிமை குறைந்து வந்ததுபோலவே இந்தியாவின் ஏனைய மாநிலங்களிலும் குறைய ஆரம்பித்தது. இதையும் காமராசர் நன்கு உணர்ந்திருந்தார்.

முதலமைச்சராக இருந்ததால், தொடர்ந்து கட்சிப் பணியில் ஈடுபட முடியவில்லை என்பதைக் காமராசர் அறிந்தார். எனவே, கட்சிப் பணியில் ஈடுபட்டு மக்களைச் சந்திக்கவேண்டும் என்று அவர் விரும்பினார்.

மத்தியிலும், மாநிலங்களிலும் ஆட்சி செய்கிற காங்கிரஸ் தலைவர்கள் தன்னலமற்ற தொண்டர்களாகிக் காங்கிரஸ் கட்சியைக் கட்டிக் காக்கவேண்டும் என்று காமராசர் நினைத்தார். அந்த நினைவின் விளைவாக ஒரு திட்டத்தைக் காமராசர் தீட்டினார்.

1. ஒருவர், ஒரு பதவியைத்தான் வகிக்க வேண்டும். நாள்தோறும் மக்களைச் சந்திக்கவேண்டும்.
2. பதவியில் இல்லாதவர்கள், பதவியில் இருப்பவர்களைப் பார்த்துப் பொறாமைப்படாமல் மக்கள் பணியாற்ற வேண்டும்.
3. நல்ல அனுபவமும் வயது முதிர்வும் பெற்ற காங்கிரஸ்காரரர்கள் தங்கள் பதவியைவிட்டு விலகி, கட்சிப்பணியும் மக்கள் பணியும் ஆற்ற முன் வரவேண்டும்.

என்று கூறினார்.

1963ஆம் ஆண்டு ஜூலை மாதத்தில் ஐதராபாத்தில் பிரதம மந்திரி நேருவைச் சந்தித்து இத்திட்டத்தைக் காமராசர் தெரிவித்தார்.

காங்கிரஸ் கட்சியின் வளர்ச்சியைப் பற்றியும் மக்கள் தொண்டைப் பற்றியும் சிந்தித்துக்கொண்டிருந்த நேருவுக்குக் காமராசர் தெரிவித்த திட்டம் மிகவும் பிடித்தது. உடனே அத்திட்டத்தை வரவேற்றதுடன் ‘காமராசர் திட்டம்’ என்றும் அறிவித்தார்.

காமராசர் தமது திட்டப்படி தமிழ்நாட்டின் முதலமைச்சர் பதவியைவிட்டு விலகினார்; மக்கள் பணியும் கட்சிப் பணியும் செய்வதற்கு முன் வந்தார்.

காமராசரின் திட்டத்தை அகில இந்திய காங்கிரஸ் கட்சி ஏற்றுக்கொண்டது. அதன்படி, ஜவகர்லால் நேருவும் தமது பிரதமர் பதவியைவிட்டு விலகுவதாகத் தெரிவித்தார்.

பிரதமர் நேரு அவர்கள் நாட்டு நலம் கருதி, பதவியைவிட்டு விலகக்கூடாது என்று பல தலைவர்கள் வேண்டுகோள் விடுத்தனர். நேரு அதை ஏற்றுக்கொண்டு பிரதமர் பதவி வகித்தார்.

காமராசருடன் சேர்ந்து ஆறு மாநில முதல்வர்கள் ‘காமராசர் திட்டத்தின்’படி பதவி விலகினார்கள்.

1. காமராசர் - தமிழ்நாடு
2. பட்நாயக் - ஒரிசா
3. பக்ஷி குலாம் - முகமது காஷ்மீர்
4. சி.பி.குப்தா - உத்தரப்பிரதேசம்
5. பிதோனந்தரே - பீகார்
6. மண்டோலான் - மத்தியப்பிரதேசம்

மேலும் மத்திய அமைச்சர்கள் ஆறு பேரும் பதவி விலகினார்கள்.

1. மொரார்ஜி தேசாய்
2. லால் பகதூர் சாஸ்திரி
3. எஸ்.கே.பாட்டீல்
4. ஜெகஜீவன்ராம்
5. பி.கோபால் ரெட்டி
6. கே.எல். ஸ்ரீமாலி

காமராசர் திட்டத்தின் கீழ், காமராசர் முதல் அமைச்சர் பதவியிலிருந்து விலகிய பிறகு 1963ஆம் ஆண்டு அக்டோபர் மாதம் பக்தவச்சலம் தமிழ்நாட்டின் முதல் அமைச்சர் ஆனார்.

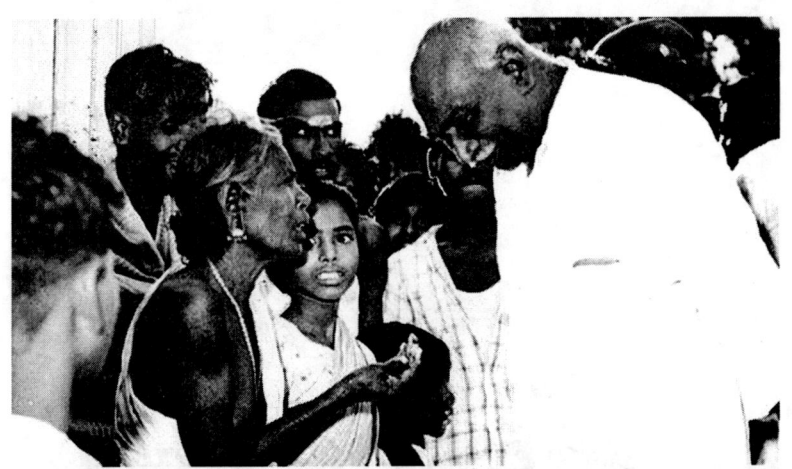

பதவியைச் சட்டையாகக் கருதி அதைக் கழற்றி எறிந்தார் காமராசர். பதவியை உயிராக் கருதி உடும்பாகப் பிடித்துக்கொள்ளும் எண்ணம் கொண்டவர்கள் நடுவே பதவியைத் தூக்கி எறியும் துணிச்சல், தன்னலம் சிறிதும் இல்லாதவர்களுக்கு மட்டுமே வரும். அத்தகைய தன்னலம் கருதாத தலைவராகக் காமராசர் விளங்கினார்.

தமிழ்நாட்டளவில் இருந்த காமராசரின் எண்ணங்களும், திட்டங்களும் இந்திய அளவிற்கு விரிந்தன. காமராசர் திட்டத்தின் சிறப்பம்சங்களால் இளைய சமுதாயம் வீறுகொண்டு எழுந்து நாட்டு முன்னேற்றத்திற்காகப் பாடுபடும் வாய்ப்பு ஏற்பட்டது.

அகில இந்திய காங்கிரஸ் தலைவர்

தேவைக்கு எது அளவுங்கறேன்? வாழ்க்கை வசதிக்கு எல்லை ஏதுங்கறேன்? அப்புறம் கார் வாங்கணும்; வீடு வாங்கணும். ஆசை உள்ள வரைக்கும் தேவை என்பதும் இருந்துகிட்டேதான் இருக்கும்.

●●●

1963ஆம் ஆண்டு அறிமுகப்படுத்தப்பட்ட காமராசர் திட்டத்தின்படி காமராசர் முதல் அமைச்சர் பதவியிலிருந்து விலகினார். கட்சிப்பணி செய்வதைக் கடமையாகக் கொண்டு தொண்டாற்றினார்.

காமராசர் கொண்டுவந்த 'காமராசர் திட்டம்' இந்தியா முழுமைக்கான திட்டம். அந்தத் திட்டத்தின் மூலம் காமராசருக்கு அகில இந்திய அளவில் செல்வாக்கு வளர்ந்தது.

முதல்வர் பதவி, அமைச்சர் பதவியைவிட்டு விலகியவர்களுக்குக் கட்சிப் பணி கொடுக்கவேண்டும் என்பதும் காமராசர் திட்டத்தில் இருந்தது.

அப்போது காங்கிரஸ் கட்சியின் தலைவராக சஞ்சீவையா என்பவர் இருந்தார். காங்கிரஸ் கட்சிக்கு அடுத்த தலைவர் யார் என்னும் கேள்வி எழுந்தது. ஆனால், காங்கிரஸ் தலைவர் தேர்தலில் போட்டியிருக்கக்கூடாது என்பதையும் தலைவர்கள் எண்ணினர்.

இந்தச் சூழ்நிலையில் புதுதில்லியில் காங்கிரஸ் கட்சியின் செயற்குழுக் கூட்டம் கூடியது. சஞ்சீவ ரெட்டியும், அதுல்ய கோசும் இரகசியமாக ஏதோ பேசிக்கொண்டனர். அப்போது, ஜவகர்லால் நேரு, 'காமராசர்தான் காங்கிரஸ் கட்சியின் அடுத்தத் தலைவராக வேண்டும்' என்று தமது விருப்பத்தை வெளியிட்டார். செயற்குழு உறுப்பினர்கள் அனைவரும் அதற்கு ஒப்புதல் தெரிவித்துக் கையைத் தூக்கினார்கள். காமராசர் அகில இந்திய காங்கிரஸ் கட்சியின் தலைவரானார்.

அகில இந்திய காங்கிரஸ் கட்சியின் 68ஆவது மாநாடு ஒரிசா மாநிலத்தின் தலைநகரான புவனேசுவரத்தில் நடைபெற இருந்தது. 1964ஆம் ஆண்டு சனவரி மாதம் புவனேசுவரத்திற்குத் தொண்டர்களுடன் காமராசர் தனி ரயிலில் புறப்பட்டார். ஒவ்வொரு ரயில் நிலையத்திலும் காமராசருக்குச் சிறப்பான முறையில் வரவேற்பு வழங்கப்பட்டது.

அப்போது ஆந்திர மாநிலத்தின் முதல்வராக இருந்தவர் சஞ்சீவரெட்டி. அவர் ஓங்கோலில் காமராசரை வரவேற்றார். காமராசருக்குக் கிடைத்த வரவேற்பு அந்த ரயிலில் இருந்த அனைவரையும் திக்குமுக்காட வைத்தது. ஓங்கோலைத் தொடர்ந்து இராஜமுந்திரி, துவாரமுடி, ஸ்ரீகாகுளம், பலாசா ஆகிய இரயில் நிலையங்களிலும் காமராசரை மக்கள் மகிழ்ச்சியுடன் வரவேற்றனர்.

காமராசர் சென்ற தனி ரயில் புவனேசுவரத்தைச் சேர்ந்ததும் மாநாட்டு வரவேற்புக்குழுத் தலைவர் பிஜுபட் நாயக், முதல்வர் பிரேன்மித்திரார், மாநிலக் காங்கிரஸ் தலைவர் ஆகியோர்

வரவேற்றனர். அது 68ஆவது மாநாடு என்பதால் 68 குண்டுகள் முழங்கின. ஒரிசா மக்கள் பல்வேறு அலங்காரங்களுடன் பல்வேறு நடனங்கள் ஆடினர். வீரதீர விளையாட்டுகள் நடைபெற்றன.

மாநாட்டுப் பந்தலுக்குக் காமராசர் அழைத்துச்செல்லப்பட்டார். மாநாட்டுத் தலைவராகக் காமராசர் பேருரை ஆற்றினார். காமராசர் தமிழில் உரையாற்றினார். அவரது உரையை ஒரிய மொழியில் மொழிபெயர்த்துக் கூறினார்கள்.

“காங்கிரஸ் கட்சியில் எளிய தொண்டனாகிய என்னை, தேசிய காங்கிரஸ் கட்சியின் தலைவராக இருக்கப் பணித்திருக்கிறீர்கள். சுதந்திரத்திற்காகப் போரிட்டுத் தியாகம் செய்த அரசியல் மேதைகள், விற்பன்னர்கள், தலைவர்கள் மத்தியில் நான் என்னைச் சாமான்யனாகக் கருதுகின்றேன். இந்தப் பதவியை ஏற்க நான் தயங்கினேன் என்பதை நான் மறைக்கவேண்டியதில்லை.

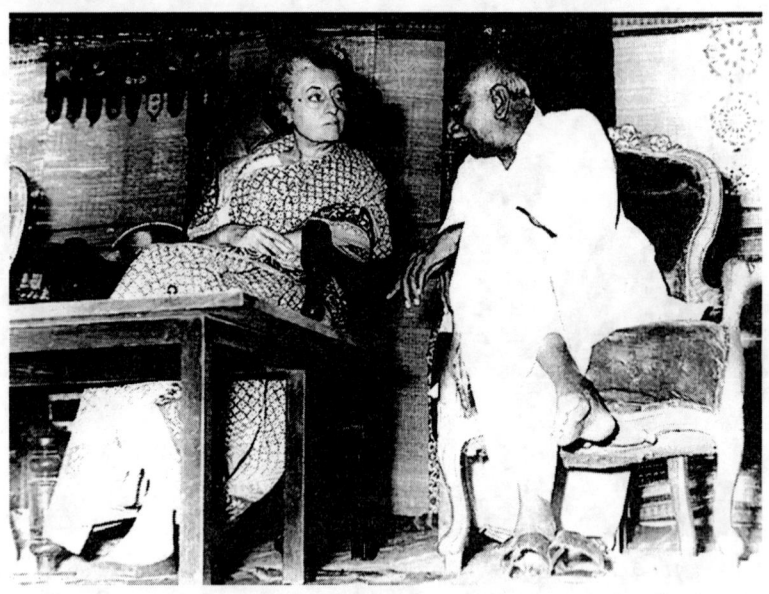

எனது சகாக்கள், தொண்டர்கள் ஆகியவர்களின் கட்டளையை ஏற்று, தேசிய காங்கிரஸ் தலைவர் பொறுப்பினை ஏற்றிருக்கிறேன். இந்தியாவில் நாம் சனநாயகம், சோஷலிசம் என்ற இரண்டு இலட்சியங்களை இதயத்தில் ஏற்றிருக்கிறோம். நமது நாட்டில் அரசியல் பொருளாதாரக் கொள்கைகள் மக்களின் விருப்பத்துடன் செயல்படவேண்டும் என்பது நமது விருப்பம். இவ்வாறு செயல்பட்டால் மட்டுமே உண்மையான சனநாயக சோஷலிசத்தைப் பெறமுடியும்” என்று அவர் உரையாற்றினார்.

மேலும் தொடர்ந்து தொழில் வளம், இலவசக் கல்வித் திட்டம், இளைஞர்கள் எல்லாருக்கும் வேலை, எளிமையான நடத்தையுடன் நாட்டுக்கு உழைத்தல் முதலிய செய்திகளை அவர் தமது உரையில் குறிப்பிட்டார்.

புவனேசுவர மாநாட்டில் கலந்துகொள்வதற்கு ஜவகர்லால்நேரு சனவரி மாதம் ஆறாம் நாளே வந்துவிட்டார். ஆனால், அவருக்கு இரத்த அழுத்தம் அதிகமாக இருந்ததால் மாநாட்டு நிகழ்ச்சிகளில் அவர் பங்கேற்கவில்லை.

புவனேசுவரத்தில் நடைபெற்ற மாநாட்டைத் தொடர்ந்து 'சோஷலிச சமுதாயம்' பற்றிய கொள்கையைக் காமராசர் நாடு முழுவதும் சென்று பரப்பினார்.

காமராசர் அகில இந்திய காங்கிரஸ் கட்சித் தலைவராக இருந்தபோதுதான் நேரு மறைந்தார். அவருக்குப் பிறகு யார் பிரதமர்? என்ற கேள்வி எழுந்தபோது லால்பகதூர் சாஸ்திரியைக் காமராசர் பிரதமர் ஆக்கினார். தாஸ்கண்டில் சாஸ்திரி மறைந்தபோதும் யார் பிரதமர் என்ற கேள்வி எழுந்தது. அப்போது இந்திராகாந்தியைப் பிரதமர் ஆக்கினார் காமராசர். இரண்டு பிரதமர்களை உருவாக்கிச் சாதனை படைத்ததால் இந்திய மக்கள், காமராசரைக் 'கிங் மேக்கர்' என்று புகழ்ந்தனர்.

இந்திராகாந்தி, 1967ஆம் ஆண்டு இரண்டாம் முறை பிரதமர் ஆவதற்கும் காமராசர் பேருதவி புரிந்தார். 1967ஆம் ஆண்டு நடைபெற்ற பொதுத்தேர்தலில் அகில இந்திய காங்கிரஸ் கட்சி மொத்தம் உள்ள 520 தொகுதிகளில் 283 தொகுதிகளில்தான் வெற்றி பெற்றது. தமிழ்நாடு காங்கிரஸ்கட்சி 234 தொகுதிகளில் 50 தொகுதிகளில்தான் வெற்றி பெற்றது. விருதுநகர் தொகுதியில் சட்டப்பேரவைக்குப் போட்டியிட்ட காமராசர் தோல்வியடைந்தார். திராவிட முன்னேற்றக் கழக வேட்பாளர் பெ.சீனிவாசன் வெற்றி பெற்றார். தமிழ்நாட்டில் உள்ள 39 நாடாளுமன்றத் தொகுதிகளில் மூன்று தொகுதிகளில் மட்டுமே காங்கிரஸ் வெற்றி பெற்றது. காங்கிரஸ் கட்சி பெற்ற இந்தத் தோல்விக்கு அடிப்படை என்னவென்றால் எதிர்க்கட்சியினர் கூட்டணி அமைத்துத் தேர்தலில் போட்டியிட்டதுதான். அந்தக் கூட்டணியை உருவாக்கியவர்கள் அண்ணாவும் இராஜாஜியும்.

பிரதமராக இருந்த இந்திராகாந்தி, அகில இந்திய காங்கிரஸ் கட்சித்தலைவரான காமராசரின் கருத்துக்களைப் பலமுறை

ஏற்றுக்கொள்ளவில்லை. அதனால், காமராசரும் இந்திராகாந்தியும் முரண்பட்டிருந்தனர்.

இந்தச் சூழ்நிலையில் காங்கிரஸ் கட்சியில் ஒரு பிரிவினர், இந்திராகாந்தி மீண்டும் பிரதமராகக் கூடாது என்று கூறினர். இந்திராகாந்தியின் ஆதரவாளர்கள் இந்திராகாந்தியைப் பிரதமராக்காவிட்டால் எம்.பி.பதவியை இராஜினாமா செய்வோம் என்று மிரட்டினர். கட்சி ஒற்றுமையைக் கட்டிக் காக்கவேண்டிய கட்டாயம் காமராசருக்கு ஏற்பட்டது.

இந்திராகாந்தியை எதிர்த்துப் பிரதமர் பதவிக்குப் போட்டியிட மொரார்ஜி தேசாய் முயற்சி செய்துகொண்டிருந்தார். பிரதமராக இருந்த இந்திராகாந்தியின் நடவடிக்கைகள் காமராசருக்கு உடன்பாடு இல்லை என்றாலும் கட்சி ஒற்றுமைக்காக இந்திராகாந்தியைப் பிரதமராக்க முடிவுசெய்தார்.

மொரார்ஜி தேசாயைச் சந்தித்து அவரைத் துணைப் பிரதமராகச் செயல்படுமாறு கேட்டுக்கொண்டார். காமராசரின் கோரிக்கையை மொரார்ஜி தேசாய் ஏற்றுக்கொண்டார். அவரைத் துணைப்பிரதமராக இந்திராகாந்தியும் ஏற்றுக்கொண்டார். 1967ஆம் ஆண்டு மார்ச் மாதம் நடைபெற்ற நாடாளுமன்றக் காங்கிரஸ் கட்சி இந்திராகாந்தியைப் பிரமராகவும் மொரார்ஜி தேசாயைத் துணைப் பிரதமராகவும் தேர்வு செய்தது.

இந்தியப் பிரதமர் ஆன இந்திராகாந்திக்கு அகில இந்திய காங்கிரஸ் கட்சித்தலைவராகவும் தாமே இருக்கவேண்டும் என்று தோன்றியது. அப்போது மீண்டும் காமராசரே காங்கிரசின் தலைவராக இருக்கவேண்டும் என்று பலர் விரும்பினர். ஆனால், இந்திராகாந்தி அதை வெளிப்படையாகவே எதிர்த்தார்.

இரண்டுமுறை பிரதமராக்கிய தன்னையே இந்திராகாந்தி எதிர்ப்பதைக் கண்ட காமராசர் போட்டியிலிருந்து விலகிக்கொண்டார்.

இந்திராகாந்தி காங்கிரஸ் தலைவராக வேண்டும் என்றால் பிரதமர் பதவியிலிருந்து விலகவேண்டும் என்று காங்கிரஸ் தலைவர்கள் கூறினார்கள். இந்திராகாந்தி தமது ஆதரவாளரான குல்சாரிலால் நந்தாவைக் காங்கிரசின் தலைவராக்கலாம் என்று தெரிவித்தார். அவரைக் கட்சியினர் ஏற்றுக்கொள்ளவில்லை.

காங்கிரஸ் கட்சியின் தலைவராக யாரைத் தேர்ந்தெடுப்பது என்னும் பிரச்சனைக்குச் சரியான தீர்வு ஏற்படாததால் காமராசரும்

இந்திராகாந்தியும் பேசி முடிவு செய்யலாம் என்று செயற்குழுவினர் தெரிவித்தனர். காமராசர் - இந்திராகாந்தி இருவரிடையே காங்கிரஸ் கட்சிக்கு யாரைத் தலைவராக்குவது என்னும் முடிவு ஏற்படவில்லை.

இந்திராகாந்தி தனியாக நிஜலிங்கப்பாவைச் சந்தித்து அகில இந்திய காங்கிரஸ் தலைவராக இருக்கும்படி கேட்டுக்கொண்டார். காமராசரைக் கலந்து பேசிவிட்டு எனது முடிவைச் சொல்கிறேன் என்று நிஜலிங்கப்பா கூறினார். ஆனால், அடுத்தநாள் காமராசரை நிஜலிங்கப்பா சந்திப்பதற்கு முன்பே 'நிஜலிங்கப்பா - காங்கிரஸ் தலைவர்' என்னும் செய்தி வெளியானது.

காங்கிரஸ் தலைவராக நிஜலிங்கப்பாவைக் காங்கிரஸ் கட்சி தேர்ந்தெடுத்தது. தன்னைச் சந்தித்த நிஜலிங்கப்பாவிடம் சரியான முடிவு எடுத்ததாகக் காமராசர் கூறினார். 1967ஆம் ஆண்டு டிசம்பர் மாதம் அகில இந்திய காங்கிரஸ் தலைவராக நிஜலிங்கப்பா ஆனார். பின்னர், 1969ஆம் ஆண்டு காங்கிரஸ் கட்சி இரண்டாகப் பிளந்தது. இந்திராகாந்தி தலைமையிலான காங்கிரஸ், 'ஆளும் காங்கிரஸ்' என்றும் நிஜலிங்கப்பா தலைமையிலான காங்கிரஸ், 'ஸ்தாபன காங்கிரஸ்' என்றும் அழைக்கப்பட்டன.

இந்தியா முழுவதும் சுற்றுப்பயணம் மேற்கொண்டபோது காமராசரின் எளிமையைக் கண்டு இந்திய மக்கள் வியந்தார்கள். காந்தியடிகளுக்குப் பிறகு உடையிலும் உணவிலும் பழக்கவழக்கங்களிலும் எளிமையைக் காமராசர் கடைப்பிடித்ததைக் கண்ட மக்கள் காமராசரைக் 'காலா காந்தி' என்று கூறினார்கள். காலா காந்தி என்றால் 'கறுப்பு காந்தி' என்று பொருள்.

பிரதமர்களை உருவாக்கிய பெருந்தலைவர்

சோஷலிசம்னா சிலபேர் பயப்படறாங்க - எங்க நம்மகிட்ட இருக்கிற பணத்தை எல்லாம் பிடுங்கிப் பங்கு வச்சிருவாங்களோன்னு! சோஷலிசம்னா அது இல்லேன்னேன். உழைப்பைப் பங்கு போட்டுக்கணும். அதன்மூலமா நாட்டு மக்கள் அனைவரும் சுபிட்சமா வாழணும். காந்திஜி நமக்குக் கொடுத்த பாடம் இதுதானேன்னேன்.

• • •

1964ஆம் ஆண்டு மே மாதம் இருபத்தேழாம் நாள். சத்தியமூர்த்தி பவனில் தமிழ்நாடு காங்கிரஸ் கட்சிக் கூட்டம் நடைபெற்றுக் கொண்டிருந்தது. அப்போது லால் பகதூர் சாஸ்திரி தொலைபேசியில் காமராசரை அழைத்தார். நேருவின் உடல்நிலை கவலைக்கிடமாக இருப்பதாகக் காமராசரிடம் சாஸ்திரி தெரிவித்தார்.

அகில இந்திய காங்கிரஸ் கட்சியின் தலைவராக இருந்த காமராசர் அடுத்த விமானத்திலேயே டில்லிக்கு விரைந்தார். ஆனால், டில்லி சென்று சேர்வதற்கு முன்பே நேரு இறந்துவிட்ட செய்தி காமராசருக்குத் தெரிவிக்கப்பட்டது.

அப்போதைய குடியரசுத் தலைவர் டாக்டர் இராதாகிருஷ்ணன், தற்காலிகப் பிரதமராக நந்தாவை நியமித்திருந்தார்.

டில்லியில் காமராசர் இறங்கியதுமே காமராசரிடம் அடுத்த பிரதமர் யார் என்று கேட்கத் தொடங்கிவிட்டனர். காமராசர் அதற்கு யாரிடமும் பதில் சொல்லவில்லை.

நேருவின் இறுதிச்சடங்குகள் முடிந்த பிறகு காமராசர் அனைத்து அமைச்சர்களையும் நாடாளுமன்ற உறுப்பினர்களையும் அழைத்துப் பேசினார். அடுத்த பிரதமராக லால் பகதூர் சாஸ்திரிதான் வரவேண்டும் என்ற எண்ணம் காமராசரின் மனத்தில் இருந்தாலும் அதை யாரிடமும் அவர் வெளிப்படுத்தவில்லை.

மொரார்ஜி தேசாய்க்குப் பிரதமராக வரவேண்டும் என்ற எண்ணம் இருப்பதைக் காமராசர் அறிந்தார். எனவே, அவரை அழைத்துப் பேசினார். "அடுத்த பிரதமராக லால் பகதூர் சாஸ்திரியைத் தேர்வு செய்யவேண்டும் என்று எல்லோரும் கூறுகிறார்கள். ஆதலால், நீங்கள் போட்டியிடாமல் இருப்பது நல்லது" என்று தெரிவித்தார். அதைப் புரிந்துகொண்ட மொரார்ஜி தேசாய் போட்டியிடவில்லை.

பிரதமர் பொறுப்பிலிருந்த குல்சாரிலால் நந்தாவை சாஸ்திரியின் பெயரை முன்மொழியச் செய்தார். அதை வழிமொழியுமாறு மொரார்ஜி தேசாயையே ஏற்பாடு செய்தார் காமராசர். லால் பகதூர் சாஸ்திரி பிரதமராக ஒருமனதாகத் தேர்ந்தெடுக்கப்பட்டார். லால்பகதூர் சாஸ்திரியைப் பற்றிக் காமராசர், "சாஸ்திரி ரொம்ப சாது, காந்தியவாதி, நேர்மையானவர், எளிய சுபாவம், அதேசமயத்தில் உறுதியான உள்ளம் படைத்தவர்" என்று தெரிவித்துள்ளார். இந்த

நல்ல எண்ணம் உருவானதால்தான் அவரைப் பிரதமர் ஆக்கியிருக்கிறார் என்பது எளிதில் புரியும்.

1966ஆம் ஆண்டு சனவரி மாதம்...

தாஸ்கண்ட் (ரஷ்யா)க்குச் சென்றிருந்த லால்பகதூர் சாஸ்திரி அங்கேயே மரணமடைந்தார். வானொலியில்தான் காமராசர் அந்தச் செய்தியை அறிந்தார்.

சாஸ்திரியின் இறுதிச்சடங்கு முடிந்து இரண்டுநாள் கழிந்த பிறகு இந்திராகாந்தி, காமராசரை வந்து சந்தித்தார். தான் பிரதமராக ஆவோம் என்ற நம்பிக்கை அப்போது இந்திராகாந்திக்கு இல்லை என்றாலும் பிரதமராகும் ஆசை இருந்ததைக் காமராசர் உணர்ந்தார்.

இந்திராகாந்தியைப் பத்திரிகையாளர்கள் சந்தித்துக் கேட்டபோது எல்லாம், "பிரதமர் பற்றி, காங்கிரஸ் கட்சியின் தலைவர் காமராஜ் முடிவெடுப்பார்" என்று சொல்லிவிட்டார்.

மாநில முதல்வர்கள், மாநிலக் காங்கிரஸ் தலைவர்கள் நாடாளுமன்ற உறுப்பினர்கள் அனைவரிடமும் அடுத்த பிரதமர் பற்றிக் காமராசர் கருத்துக் கேட்டார். இந்திராகாந்தி பிரதமராவதைப் பலர் விரும்பவில்லை.

அப்போதைய காங்கிரஸ் செயற்குழு உறுப்பினர்களில் பலரும் காமராசர்தான் பிரதமராக வரவேண்டும் என்று கருத்துத் தெரிவித்தார்கள்.

ஆனால், காமராசர் அதை ஏற்றுக்கொள்ளவில்லை. ஏனென்றால், கட்சிப் பணி ஆற்றுவதற்கென்று தன்னை அவர் ஒப்படைத்துவிட்டார். அதன்பிறகு பிரதமர் பதவியை ஏற்றுக்கொண்டு பிரதமராக இருந்துகொண்டால் கட்சிப் பணியை ஆற்றுவது யார்? என்று அவர் சிந்தித்தார். அதனால்தான் காமராசர், பிரதமராக வர விரும்பவில்லை. ஒருவேளை அன்று அவர் பிரதமராக வந்திருந்தால் போட்டி இருந்திருக்காது.

இந்திராகாந்தி பிரதமராக வரவேண்டாம் என்று கருத்துக்கூறிய தலைவர்களிடம் எல்லாம் காமராசர் கலந்து பேசினார். நேருவிடம் இந்திராகாந்தி பெற்ற அரசியல் அனுபவங்களை எடுத்துக்கூறினார். அகில இந்திய காங்கிரஸ் கட்சியின் தலைவர் என்பதாலும் தன்னலங்கருதாத காமராசர் கூறுகிறார் என்பதாலும் பல தலைவர்கள் இந்திராகாந்தியைப் பிரதமராக ஏற்றுக்கொண்டார்கள்.

ஆனால், மொரார்ஜி தேசாய் மட்டும் ஏற்றுக்கொள்ளவில்லை. தான் பிரதமராகப் போட்டியிடுவது குறித்து மொரார்ஜி தேசாய், நாடாளுமன்ற உறுப்பினர்களுக்குக் கடிதம் எழுதினார்.

மொரார்ஜி தேசாயின் வீட்டுக்கே காமராசர் நேரில் போய், "பிரதமர் பதவிக்குப் போட்டியிட வேண்டாம்" என்று எடுத்துக்கூறினார். ஆனால், மொரார்ஜி தேசாய் பிடிவாதமாக மறுத்துவிட்டார்.

அடுத்தநாள் நாடாளுமன்ற மைய மண்டபத்தில் பிரதமர் பதவிக்கான தேர்தல் நடைபெற்றது. அதில் இந்திரா காந்தி பிரதமராகத் தேர்ந்தெடுக்கப்பட்டார்.

இந்தியாவின் தலைமை அமைச்சராகிய பிரதமர் பதவியே தம்மை நாடி வந்தபோதும் அதை வேண்டாம் என்று ஒதுக்கியவர் காமராசர். தொண்டு ஒன்றையே குறிக்கோளாகக் கொண்ட பெருந்தலைவர் காமராசர் கட்சிப் பணி ஆற்றுவதையே தமது கடமையாகக் கொண்டு வாழ்ந்தார்.

திருவிதாங்கூர்த் தமிழர் போராட்டத்தில் காமராசர்

நாள் முழுவதும் உழைப்பவர்களை வேலைக்காரர், கூலிக்காரர் என்று குறைகூறுகின்றோம். உழைப்பே இல்லாமல், பிறர் உழைப்பால் வாழ்ந்துவரும் சோம்பேறிகளை எஜமானர் – மகராசர் என்கிறோம். ஏழைகளின் துயரம் நீங்கவே நான் முதல் மந்திரி எனப் பதவி ஏற்றுள்ளேன். இல்லையேல் எனக்கு இந்தப் பதவி தேவையில்லை.

•●•

1947 முதல் 1956 வரை திருவிதாங்கூர் சமஸ்தானத்தில் இருந்த அகத்தீசுவரம், தோவாளை, கல்குளம், விளவங்கோடு ஆகிய தாலுகாக்களையும் செங்கோட்டை, தேவிகுளம், பீர்மேடு முதலிய பகுதிகளையும் தமிழ்நாட்டுடன் இணைப்பதற்குத் தமிழர்கள் போராடினார்கள். அப்போராட்டத்தின் போது தேசியத்தலைவர்கள் யாரும் கொடுக்க முன்வராத ஆதரவை அப்போது தேசியத்தலைவராக இருந்த காமராசர் வழங்கினார் என்பதை வரலாற்று ஆய்வாளர்கள் அறிவார்கள்.

அரசியல் நிர்ணயசபைத் தேர்தல்

திருவிதாங்கூர் சமஸ்தானத்தின் அரசியல் நிர்ணய சபைத் தேர்தல் 1948ஆம் ஆண்டு சனவரி 30ஆம் நாள் நடைபெறுவதாக இருந்தது. இத்தேர்தலில் திருவிதாங்கூர் தமிழ்நாடு காங்கிரஸ் தனித்துப் போட்டியிட்டது. இத்தேர்தலின் போது திருவிதாங்கூர் சமஸ்தானக் காங்கிரஸ், போலீஸ் அடக்குமுறையைக்

கட்டவிழ்த்துவிட்டது. திருவிதாங்கூர் தமிழ்நாடு காங்கிரஸ் தொண்டர்கள் பலர் வரன்முறையின்றிக் கைது செய்யப்பட்டனர்.

இந்தச் சூழ்நிலையில் அண்ணல் காந்தியடிகள் சுட்டுக்கொல்லப்பட்டார். அதனால், தேர்தல் பிப்ரவரி மாதத்திற்குத் தள்ளிவைக்கப்பட்டது. இதனால், திருவிதாங்கூர் தமிழ்நாடு காங்கிரஸ் தொண்டர்களின் இன்னல் நீடித்தது. தேர்தல் தொடர்பாக நடந்த அடக்குமுறையால் தமிழர்கள் வாழும் பகுதியிலுள்ள பொதுமக்களுக்குப் பெருந்துன்பம் விளைந்தது. தமிழர்களின் கடைகளும் வீடுகளும் சூறையாடப்பட்டன.

இரணியல், கருங்கல், தொடுவட்டி, புதுக்கடை, பாகோடு, குலசேகரம், மணலிக்கரை முதலிய ஊர்களில் ஆயுதம் தாங்கிய போலீஸ் படையினர் ஆண்களையும் பெண்களையும் கொடுமை செய்தனர். சந்தைகளில் புகுந்து தாக்குதல் நடத்தினார்கள். தமிழர்களின் துன்பத்தைக் கண்ட நேசமணி குமுறினார். சமஸ்தானக் காங்கிரஸ் நடத்திய கொடூரத்தை நாடு முழுவதும் அறியச் செய்தார்.

செய்தியை அறிந்தார், அப்போது தமிழ்நாடு காங்கிரஸ் கட்சியின் தலைவராக இருந்த காமராசர். சமஸ்தானக் காங்கிரஸ் கட்சிக்கும் திருவிதாங்கூர் தமிழ்நாடு காங்கிரஸ் கட்சிக்கும் சமரசம் செய்வதற்காக அவர் திருவனந்தபுரத்திற்கு வந்தார். திருவிதாங்கூர் சமஸ்தானக் காங்கிரஸ் தலைவர்களையும், திருவிதாங்கூர் தமிழ்நாடு காங்கிரஸ் தலைவர்களையும் கலந்தாலோசித்தார். அதன்படி, காமராசர் ஒரு சமரசத் தீர்மானத்தை முன்வைத்தார். திருவிதாங்கூரின் தென்பகுதியிலுள்ள அகத்தீசுவரம், தோவாளை, கல்குளம், விளவங்கோடு ஆகிய நான்கு தாலுகாக்களையும் ஒன்றிணைத்து ஒரு தனி வருவாய்க் கோட்டமாக அமைக்கவேண்டும் என்று கூறினார். பின்னர், மொழிவழி மாநிலம் அமைக்கும்போது அப்பகுதியைத் தமிழ்நாட்டுடன் இணைப்பது பற்றிப் பார்த்துக்கொள்ளலாம் என்றும் எடுத்துக்கூறினார்.

திருவிதாங்கூர் தமிழ்நாடு காங்கிரஸ் தலைவர்கள் அத்திட்டத்தை ஏற்றுக்கொண்டனர். அப்போது சமஸ்தானக் காங்கிரஸ் கட்சியின் தலைவராக இருந்த பட்டம் தாணு பிள்ளையும் முதலில் இதை ஏற்றுக்கொண்டார். ஆனால், அவர் இத்திட்டத்தை நடைமுறைப்படுத்தவில்லை. இந்தப் பேச்சுவார்த்தையைத் தொடர்ந்து மேலும் சென்னையில் பேச்சுவார்த்தை நடைபெறும் என்று கருதப்பட்டது. ஆனால், தொடர்ந்து பேச்சுவார்த்தை நடைபெறவில்லை என்று (Inside Travancore Tamil Nad P.18) குறிப்பிட்டுள்ளார்.

கொச்சி – திருவிதாங்கூர் இணைப்பு

1949ஆம் ஆண்டு திருவிதாங்கூர், கொச்சி ஆகிய பகுதிகளை ஒன்றாக இணைப்பதற்கு முயற்சிகள் மேற்கொள்ளப்பட்டன. திருவிதாங்கூரைக் கொச்சியுடன் இணைப்பதற்கு முன் திருவிதாங்கூரில் உள்ள தமிழ்ப்பகுதிகளைத் தமிழ்நாட்டுடன் இணைக்கவேண்டும் என்று தமிழர்கள் போராட்டம் நடத்தினர்.

போராட்டத்தின் முதல்நாள், சாம் நந்தானியல் தலைமை தாங்கினார். போராட்டக்குழுவினர் திருவிதாங்கூர் அரசிதழ் (கெசட்) நகலையும், அஞ்சல் வில்லையையும் கொளுத்தினார்கள். இப்போராட்டத்தில் பங்கேற்ற சாம் நந்தானியல், ஆர்.கே.இராம், பி.எஸ்.மணி முதலியோர் அன்று இரவே கைது செய்யப்பட்டனர்.

அடுத்தநாள் போராட்டத்தை யார் நடத்துவது என்று தோன்றவில்லை. சாம் நந்தானியல் அவர்கள் ஒரு கடிதத்தை நேசமணியிடம் சேர்க்கும்படி கொடுத்து அனுப்பியிருந்தார். அதில் இனிமேல் போராட்டத்திற்குத் தலைமை தாங்குவதற்குத் தங்களால்தான் முடியும் என்று இருந்தது.

இரண்டாம் நாள் போராட்டத்திற்கு மூன்றுபேரை நேசமணி ஏற்பாடு செய்தார். அந்த மூவரும் தாலுகா அலுவலகம் முன் மறியல் செய்து கைதானார்கள். போராட்டத்தில் நேசமணி ஈடுபட்டதிலிருந்து போராட்டம் விறுவிறுப்பு அடைந்தது.

ஐந்தாம் நாள் போராட்டம் நடந்து கொண்டிருந்தபோது பெருந்தலைவர் காமராசர் வந்தார். அப்போது துணைப்பிரதமராக இருந்த சர்தார் வல்லபாய் பட்டேல் ஒரு தந்தியைக் காமராசருக்கு அனுப்பியிருந்தார். மொழிவழி மாநிலம் பிரிக்கப்படும்போது திருவிதாங்கூரில் தமிழ்மக்கள் பெரும்பான்மையாக வாழும் பகுதிகள் தமிழ்நாட்டுடன் இணைக்கப்படும் என்று அந்தத் தந்தியில் குறிப்பிடப்பட்டிருந்தது. இதே கருத்தை அப்போதைய அகில இந்திய காங்கிரஸ் பொதுச்செயலாளர் சங்கரதேவ் அவர்களும் காமராசருக்குக் கடிதம் மூலம் தெரிவித்திருந்தார். இந்தக் கருத்துக்களை எல்லாம் காமராசர், திருவிதாங்கூர் தமிழ்நாடு காங்கிரஸ் தலைவர் நேசமணியிடம் தெரிவித்தார். காமராசர் கூறிய ஆலோசனையை அவர் ஏற்றுக்கொண்டார். போராட்டத்தில் பங்கேற்றுத் தடுப்புக் காவல் சட்டத்தில் சிறையில் இருக்கும் தலைவர்களின் ஒப்புதலையும் பெறவேண்டும் என்று நேசமணி தெரிவித்தார்.

நந்தானியல் முதலான தலைவர்கள் காமராசரைத் திருவனந்தபுரத்தில் சந்தித்தனர். அவர்களும் காமராசர் கூறிய உடன்படிக்கையை ஏற்றுக்கொண்டனர். காமராசர் தலையிட்டதால் தடுப்புக் காவலில் இருந்த திருவிதாங்கூர் தமிழ்நாடு காங்கிரஸ் தலைவர்களும் தொண்டர்களும் விடுதலை செய்யப்பட்டனர்.

சாம் நந்தானியலும் பிற தலைவர்களும் காமராசரை மீண்டும் கன்னியாகுமரியில் அவர் தங்கியிருந்த கேப் ஹோட்டலில் சந்தித்தனர். அப்போதும் அவர்களிடம் காமராசர், மொழிவழி மாநில அமைப்பின்போது திருவிதாங்கூர் தமிழ்ப் பகுதிகள் தமிழ்நாட்டுடன் இணைக்கப்படும் என்று உறுதியளித்தார்.

பாளையங்கோட்டை உடன்படிக்கை

காங்கிரஸ் கட்சியின் தலைவர்களில் ஒருவரான பக்தவச்சலம், தென்மாவட்டங்களுக்குச் சுற்றுப்பயணம் மேற்கொண்டபோது பாளையங்கோட்டையில் தங்கியிருந்தார். அங்கிருந்து அவர் நந்தானியலுக்கு அழைப்பு அனுப்பினார். அந்தத் தகவலின்படி திருவிதாங்கூர் தமிழ்நாடு காங்கிரஸ் தலைவர்கள் பாளையங்கோட்டைக்குச் சென்றார்கள். திருவிதாங்கூர் கொச்சி சமஸ்தானத்தின் பிரதம மந்திரியாக இருந்த நாராயணப் பிள்ளையும் அங்கே சென்றிருந்தார். இந்தச் சந்திப்பின் பயனாக ஓர் உடன்பாடு ஏற்பட்டது. இந்த உடன்பாடு தொடர்பான தீர்மானங்களை இடலாக்குடியில் நடைபெற்ற திருவிதாங்கூர் தமிழ்நாடு காங்கிரசின் பொதுக்குழுக் கூட்டத்தில் நந்தானியல், ஒப்புதலுக்காக வைத்தார். இந்த ஒப்புதல் தீர்மானம் தோல்வியடைந்ததால் நந்தானியல் தலைவர் பதவியிலிருந்து விலகிவிட்டார்.

1950ஆம் ஆண்டு அக்டோபர் மாதம் திருவிதாங்கூர் தமிழ்நாடு காங்கிரஸ் கட்சியின் தலைவரைத் தேர்ந்தெடுப்பதற்காகப் பொதுக்குழு கூடியது. அத்தேர்தலில் நேசமணியின் ஆதரவுடன் போட்டியிட்ட பி.இராமசாமிப்பிள்ளை என்பவர் வெற்றி பெற்றார். அவரை எதிர்த்துப் போட்டியிட்ட தாணுலிங்க நாடார் தோல்வியடைந்தார். அவரது தலைமையில் திருவிதாங்கூர் தமிழ்நாடு காங்கிரஸ் இரண்டாகப் பிரிந்தது.

1951ஆம் ஆண்டு ஜூன் மாதம் காமராசர் கன்னியாகுமரிக்கு வந்திருந்தார். திருவிதாங்கூர் தமிழ்நாடு காங்கிரசில் ஏற்பட்ட பிளவைத் தீர்த்து வைக்குமாறு காமராசர் கேட்டுக்கொள்ளப்பட்டார். இராமசாமிப்பிள்ளை, நேசமணி, தாணுலிங்க நாடார் முதலியோரை அழைத்து, சமரச முயற்சியில் காமராசர் ஈடுபட்டார். இருதரப்பினரும்

கூறியதைக் காமராசர் பொறுமையாகக் கேட்டுக்கொண்டிருந்தார். அடுத்தநாள் காலையில் நேசமணியைத் தொலைபேசியில் தொடர்புகொண்டு காமராசர் பேசினார். திருவிதாங்கூரில் உள்ள தமிழர்கள் அனைவரும் ஒற்றுமையுடன் செயல்பட வேண்டிய அவசியத்தை வலியுறுத்தினார். அதன்பின் அவர் சென்னைக்குச் சென்றுவிட்டார். காமராசர் எடுத்துக்கொண்ட தொடர் முயற்சிகளின் பயனாய் 1953ஆம் ஆண்டு பிளவுபட்ட திருவிதாங்கூர் தமிழ்நாடு காங்கிரஸ் ஒன்றுபட்டது.

சமஸ்தானக் காங்கிரசுக்குத் திருவிதாங்கூர் தமிழ்நாடு காங்கிரஸ் ஆதரவு

1952ஆம் ஆண்டு திருவிதாங்கூர் கொச்சி சமஸ்தானக் காங்கிரஸ் ஆட்சி அமைப்பதற்குத் திருவிதாங்கூர் தமிழ்நாடு காங்கிரஸ் ஆதரவு அளித்தது. அக்கட்சியைச் சேர்ந்த சிதம்பர நாதனுக்கு அமைச்சர் பதவி வழங்கப்பட்டது. சமஸ்தானக் காங்கிரசிற்குத் திருவிதாங்கூர் தமிழ்நாடு காங்கிரஸ் ஆதரவு கொடுத்திருந்த போதிலும் தங்களுக்குத் தனி மாநிலக் கட்சிக்கு உரிய உரிமைகள் வேண்டும் என்று காங்கிரஸ் மேலிடத்தில் கோரிக்கையும் வைத்திருந்தது. விரைவில் இந்த உரிமையை வழங்காவிட்டால் சமஸ்தானக் காங்கிரசுக்கு வழங்கும் ஆதரவை விலக்கிக்கொள்வோம் என்றும் அது தீர்மானம் நிறைவேற்றியது.

அத்தீர்மானத்தின்படி திருவிதாங்கூர் தமிழ்நாடு காங்கிரஸ் 1953ஆம் ஆண்டு செப்டம்பர் மாதத்தில் ஆதரவைத் திரும்பப்

பெற்றுக்கொண்டது. இந்த வேளையில் நாடாளுமன்ற உறுப்பினராக இருந்த நேசமணி டில்லியில் இருந்தார். அங்கே அவர் நாடாளுமன்ற மைய மண்டபத்தில் காமராசரைச் சந்தித்தார். அப்போது திருவிதாங்கூர் தமிழ்நாடு காங்கிரஸ் தொடர்பாகக் காமராசரிடம் நேசமணி கலந்தாலோசித்தார்.

திருவிதாங்கூர் தமிழர் தொடர்பாகப் பேசவும், திருவிதாங்கூர் அரசியலில் ஏற்பட்ட குழப்பத்தைத் தீர்ப்பதற்காகவும் காமராசரும் லால் பகதூர் சாஸ்திரியும் திருவனந்தபுரத்திற்கு வந்தனர்.

திருவிதாங்கூர் தமிழ்நாடு காங்கிரஸ் கட்சியைச் சேர்ந்தவர்கள், 'திருவிதாங்கூர் தமிழ்நாடு காங்கிரசை ஒரு மாநிலக்கட்சியாக அகில இந்திய காங்கிரஸ் ஏற்கவேண்டும்' என்று கோரினர். அதற்குரிய ஏற்பாடுகளைச் செய்வதாகக் காமராசர் உறுதியளித்ததார். அவ்வாறு அகில இந்திய காங்கிரஸ் ஏற்றுக்கொள்ளும்வரை, தானே ஒரு தனி அறிக்கை மூலம் இதை அறிவிப்பதாகவும் தெரிவித்தார். ஆனால், காமராசரின் நல்லெண்ணத்தைத் திருவிதாங்கூர் தமிழ்நாடு காங்கிரஸ் கட்சியைச் சேர்ந்தவர்கள் சரியாகப் பயன்படுத்திக் கொள்ளவில்லை.

மறுதேர்தலில் காமராசரின் நிலை

*1954*ஆம் ஆண்டு சனவரி – பிப்ரவரி மாதத்தில் திருவிதாங்கூர் கொச்சிப் பகுதிக்கு மறுதேர்தல் அறிவிக்கப்பட்டது. திருவிதாங்கூர் தமிழ்நாடு காங்கிரஸ் தலைவர்களுடன் பேச்சு நடத்த லால் பகதூர் சாஸ்திரியும் மல்லையாவும் வந்தார்கள். அவர்கள், 'தேர்தலுக்குப் பிறகு திருவிதாங்கூரின் தமிழ்ப் பகுதிகள் தமிழ்நாட்டுடன் இணைக்கப்படும். அதுவரை, தமிழ்நாடு காங்கிரஸ் தலைவர் காமராசருடன் திருவிதாங்கூர் தமிழ்நாடு காங்கிரஸ் இணைந்து செயல்படவேண்டும்' என்று கேட்டுக்கொண்டனர். இதைத் திருவிதாங்கூர் தமிழ்நாடு காங்கிரஸ் தலைவர்கள் ஏற்றுக்கொள்ளாததால் அவர்களுக்கு எதிராகத் தேர்தல் பிரச்சாரம் செய்யும் நிலை காமராசருக்கு ஏற்பட்டது.

திருவிதாங்கூர், தேவிகுளம், பீர்மேடு போராட்டத்தின்போது காமராசர்

*1954*ஆம் ஆண்டு திருவிதாங்கூர், பீர்மேடு, தேவிகுளம் பகுதிகளில் நடைபெற்ற போராட்டத்தின்போது பல தமிழர்கள் கொல்லப்பட்டனர். நேசமணி முதலான தலைவர்கள் சிறையில் இருந்தனர். தமிழர்கள் அகதிகளாகத் திருநெல்வேலி பகுதிக்குச் சென்றனர். இந்த நிலையில் அப்துல் ரசாக் என்ற முஸ்லிம் லீக் தலைவர், சென்னைக்குச் சென்று காமராசரைச் சந்தித்தார். தமிழர்களின் துயரத்தைக் கேட்டு உணர்ந்த காமராசர் தகுந்த

ஆலோசனை கூறியதுடன் அப்போது தமிழ்நாடு காங்கிரஸ் தலைவராக இருந்த எஸ்.எஸ்.கரையாளர் தலைமையில் ஒரு குழுவைத் திருவிதாங்கூருக்கு அனுப்பிவைத்தார். மேலும், அப்போது தமிழ்நாட்டின் முதல்வராக இருந்த காமராசர் திருவிதாங்கூரில் உள்ள தமிழ்ப் பகுதியில் வாழும் தமிழர்களின் அவலத்தை விவரித்து டில்லிக்குச் செய்தி அனுப்பினார். கரையாளர் தலைமையில் சென்ற குழு, தமிழர்களின் துயரத்தைக் கண்டு ஆறுதல் கூறியது.

தேசியத்தலைவராக விளங்கியவர் பெருந்தலைவர் காமராசர். தேச விடுதலைக்காகவும் பாடுபட்ட கர்மவீரர் அவர். திருவிதாங்கூர் தமிழர் போராட்டத்தில் இந்திய தேசிய அளவிலான தலைவர்கள் எவரும் எடுக்காத தனி முயற்சியைப் பெருந்தலைவர் காமராசர் எடுத்ததோடு மட்டுமல்லாமல் தமிழர்கள் மிகுதியாக வாழ்ந்த பகுதிகளைத் தமிழ்நாட்டுடன் இணைப்பதற்கு அவரால் ஆன முயற்சிகளையும் மேற்கொண்டுள்ளார். திருவிதாங்கூரிலுள்ள பகுதிகளில் வாழ்ந்தவர்கள் அல்லாமல் இப்போராட்டத்திற்கு உறுதுணையாக இருந்தவர்களில் குறிப்பிடத்தக்கவர்கள் பெருந்தலைவர் காமராசரும், சிலம்புச் செல்வர் மா.பொ.சிவஞானமும்தான் என்பதை அனைவரும் அறிவார்கள். இவர்களில் மா.பொ.சி தேசியத்தலைவர்தான் என்றாலும் தேசியப் பொறுப்புகள் எதுவும் அவரைக் கட்டுப்படுத்தவில்லை. பெருந்தலைவர் காமராசர் ஒருவர்தான் மிகப்பெரிய தேசியத் தலைவராகவும் இருந்துகொண்டு திருவிதாங்கூர்த் தமிழர்களுக்காகவும் பாடுபட்டுள்ளார் என்பது மறுக்கமுடியாத உண்மையாகும்.

காமராசரும் காந்தியடிகளும்

காந்திஜியிடம் நான் மிகவும் மரியாதை வைத்திருக்கிறேன். சென்னையிலும் தமிழ்நாட்டிலும் காந்திஜி சுற்றுப்பயணம் செய்தபோது நான் அவருடனேயே இருந்தேன்.

●●●

காமராசர் தமது வாழ்நாள் முழுவதும் காந்தியடிகளின் கொள்கைகளை ஆதரித்தார். காந்தியடிகள் நான்கு முழ வேட்டியும் ஒரு துண்டும் அணிந்து எளிமையாக வாழ்ந்தார். காமராசர் நான்கு முழ வேட்டியும், ஒரு சட்டையும், ஒரு துண்டும் மட்டும் அணிந்து எளிமையாக வாழ்ந்தார். இலண்டனில் நடைபெற்ற முதல் வட்டமேசை மாநாட்டில் கலந்துகொள்வதற்கும் காந்தியடிகள் அதே உடையில்தான் சென்றார். காமராசர் ரஷ்ய நாட்டிற்குச் செல்லும்போதும் அதே உடையில்தான் சென்றார். காந்தியடிகளும் தமது வாழ்நாள் முழுவதும் இந்திய நாட்டு நலனையே கருத்திற்கொண்டு வாழ்ந்தார். காமராசரும் நாட்டுக்குத் தொண்டாற்றுவதையே கடமையாகக் கொண்டு வாழ்ந்தார்.

காந்தியடிகள் விடுதலைக்குப் பாடுபடும் முன்பே திருமணம் புரிந்துகொண்டார். ஆனால், காமராசர் இளவயது முதலே இந்தியாவின் விடுதலையைக் குறிக்கோளாகக் கொண்டு வாழ்ந்ததால் திருமணம் செய்துகொள்ளாமலேயே வாழ்ந்தார்.

முதல் சந்திப்பு

1921ஆம் ஆண்டு காந்தியடிகள் மதுரைக்கு வந்திருந்தார். அப்போதுதான் காமராசர் முதன்முதலாகக் காந்தியடிகளைப்

பார்த்தார். அதன்பிறகு, 1927ஆம் ஆண்டு சென்னையில் நடந்த காங்கிரஸ் மாநாட்டில் கலந்துகொள்வதற்காகக் காந்தியடிகள் சென்னைக்கு வந்திருந்தார். அப்போதுதான் காந்தியடிகளைக் காமராசர் முதன்முதலில் சந்தித்தார். சென்னையிலுள்ள அண்ணாசாலையில் வைக்கப்பட்டிருந்த ஜேம்ஸ் நீல் என்னும் ஆங்கிலேய ஜெனரலின் சிலையை அகற்றுவதற்குப் போராட இருப்பதாகவும் அதற்கு ஆலோசனை வழங்குமாறும் கேட்டுக்கொண்டார்.

இரண்டாம் சந்திப்பு

காந்தியடிகள் 1934ஆம் ஆண்டு தமிழ்நாடு முழுவதும் சுற்றுப்பயணம் மேற்கொண்டார். அப்போது சாத்தூர், இராஜபாளையம் பகுதிகளில் நடைபெற்ற பொதுக்கூட்டங்களில் காந்தியடிகள் பேசுவதற்கு ஏற்பாடு செய்யப்பட்டிருந்தது.

காந்தியடிகள், மதுரை வைத்தியநாத ஐயர், திருச்சி டி.எஸ்.எஸ். இராஜன் முதலானோர் குமாரசாமி ராஜாவின் வீட்டில் தங்கியிருந்தனர். இராஜபாளையம் நகர காங்கிரஸ் கட்சி சார்பில் காந்தியடிகளுக்குச் சிறந்த முறையில் வரவேற்புக் கொடுக்கப்பட்டது. அதற்கான ஏற்பாடுகளைக் காமராசரும் குமாரசாமி ராஜாவும் செய்திருந்தனர்.

குமாரசாமி ராஜா வீட்டில் மதிய உணவை உண்டுவிட்டு அனைவரும் உரையாடிக் கொண்டிருந்தார்கள். அப்போது காமராசர் மீது வெடிகுண்டு வழக்கு நடைபெற்றுக் கொண்டிருந்தது. அதை காந்தியடிகளிடம் டி.எஸ்.எஸ்.இராஜன் தெரிவித்தார். அதற்கு காந்தியடிகள், “வெடிகுண்டு வழக்கு மட்டுமல்ல, வேறு எந்த வழக்கையும் பிரிட்டிஷ் ஆட்சியானது காங்கிரஸ்காரர்கள் மீது திணித்தால் அகிம்சா வழியில் அதை எதிர்த்துப் போராடுங்கள். வழக்குமன்றம் சென்று நீதியை நிலைநாட்டுங்கள்” என்று காமராசரை ஊக்கப்படுத்தினார்.

காந்தியடிகள் அடுத்தபடியாகச் சிவகாசிக்குப் போகவேண்டும். அப்போது அடைமழை பிடித்துக்கொண்டது. இராஜபாளையம் நகரில் காந்தியடிகள் காரில் ஊர்வலமாக வந்தபோது ஏற்பட்ட மக்கள் நெருக்கத்தால் அவரது காரின் மேல்பகுதியில் இருந்த கித்தான் துணி கிழிந்துவிட்டது.

எனவே, வேறு ஒரு காருக்குக் காமராசர் ஏற்பாடு செய்தார். காந்தியடிகள் சிவகாசிக்குப் புறப்பட்டார். காமராசர் ஏற்பாடு செய்த

காரில் காந்தியடிகளும், இராசனும், குமாரசாமி ராஜாவும் சென்றனர். காந்தியடிகளின், கித்தான் துணி கிழிந்த காரில் காமராசர் சென்றார்.

மழை தொடர்ந்து பெய்துகொண்டிருந்ததால் சாலை முழுவதும் வெள்ளம். கார் மெதுவாக நகர்ந்து சென்று சிவகாசியை அடைந்தது. அந்த மழையிலும் காந்தியடிகளைப் பார்ப்பதற்காக மக்கள் திரண்டு நின்றனர்.

காந்தியடிகள் அமர்ந்திருந்த, பின் இருக்கையின் இரண்டு பக்கமும் துணியால் மூடப்பட்டிருந்ததால் மக்களால் காந்தியடிகளைப் பார்க்கமுடியவில்லை. பொதுக்கூட்டம் நடைபெறும் இடத்திற்குக் காந்தியடிகளின் கார் வந்தது. அந்த மழையிலும் நான்காயிரம் பேர் அங்கே கூடி நின்றனர்.

காந்தியடிகளின் காரைக் கண்டதும் மக்கள் கூட்டம் நெருக்கியது. அந்த நெருக்கத்தாலும் மழை வெள்ளத்தாலும் அங்கே போடப்பட்டிருந்த பந்தல், காருக்கு முன்னால் சாய்ந்து விழுந்தது.

மக்கள் வெள்ளம் காந்தியடிகளைப் பார்க்கவேண்டும் என்ற ஆர்வத்தில், மேலும் காரை நெருங்கியது. காமராசரும் குமாரசாமி ராஜாவும் எவ்வளவோ தடுத்தும் முடியவில்லை. வேறு வழியில்லாமல் குமாரசாமி ராஜாவும் தொண்டர்களும் சிலம்ப ஆட்டம் ஆடி மக்களைக் கலைத்தனர். பொதுமக்கள் யார் மேலும் அடிபட்டுவிடாமல் அவர்கள் சிலம்ப ஆட்டம் ஆடியதைக் காந்தியடிகள் பாராட்டினார். காமராசர், காருக்கு அருகிலேயே காந்தியடிகளுக்குக் காவலாக நின்றார்.

மக்கள் கூட்டம் கலைந்தது. இந்த நேரத்தைப் பயன்படுத்திக்கொண்டு காந்தியடிகளும் மற்றவர்களும் சிவகாசியைவிட்டுப் புறப்பட்டார்கள். இந்தச் சுற்றுப்பயணத்தின்போது காந்தியடிகளுடனேயே காமராசர் இருந்தார்.

இந்த இரண்டாம் சந்திப்புக்குப் பிறகு காந்தியடிகளைப் பலமுறை காமராசர் சந்தித்திருக்கிறார்.

காமராசரும் காந்தியடிகளுக்கும் இடையே கிளிக்

1942ஆம் ஆண்டில் நடைபெற்ற வெள்ளையனே வெளியேறு போராட்டத்தில் இராஜாஜி கலந்துகொள்ளவில்லை. அதனால், தமிழ்நாட்டு மக்களிடையே இராஜாஜிக்கு செல்வாக்குக் குறைந்து, இல்லாமல் போனது. மீண்டும் தமது செல்வாக்கினை வளர்த்துக்கொள்ள விரும்பிய இராஜாஜி, 'மீண்டும் காந்தியடிகள்

தமிழ்நாட்டில் சுற்றுப்பயணம் செய்தால் தனது செல்வாக்கை வளர்த்துக்கொள்ளலாம்' என்று திட்டமிட்டார். அதன்படி, காந்தியடிகள் தமிழ்நாட்டில் சுற்றுப்பயணம் செய்ய ஏற்பாடு செய்தார்.

1946ஆம் ஆண்டு சனவரி மாதம் இருபத்தோராம் நாள் நடைபெற்ற இந்திப் பிரச்சார சபையின் வெள்ளி விழா நிகழ்ச்சியில் கலந்துகொள்வதற்கு காந்தியடிகள் வருகை தந்தார். அப்போது, தமிழ்நாடு காங்கிரஸ் தலைவராகக் காமராசர் இருந்தார். காந்தியடிகளின் வருகை பற்றி இராஜாஜியோ, இந்திப் பிரச்சார சபையோ காமராசருக்குத் தெரிவிக்கவில்லை. 'காந்தியடிகளின் வருகை காமராசருக்கு ஏன் தெரிவிக்கப்படவில்லை?' என்று கேட்கமுடியாது. ஏனென்றால், காந்தியடிகள் காங்கிரஸ் கட்சி உறுப்பினர் இல்லை. மேலும், அவர் காங்கிரஸ் கட்சி நிகழ்ச்சிக்காக வரவில்லை. இந்திப் பிரச்சார சபா நிகழ்ச்சிக்காகவே வருகிறார் என்பதால் காமராசர் எதுவும் கேட்கவில்லை.

ஆனால், காந்தியடிகள் எங்கே எப்போது வருகிறார் போன்ற விவரங்களை அறிந்துகொண்டு காமராசர் தமது தொண்டர்களுடன் அவரை வரவேற்பதற்காக அம்பத்தூர் ரயில் நிலையத்திற்குப் போனார்.

காமராசர் அங்கே போவதற்கு முன்பே இராஜாஜியும் மற்றவர்களும் அங்கே காத்திருந்தனர்.

காந்தியடிகள் ரயிலைவிட்டு இறங்கியதும் காமராசர் முதலில் மாலை அணிவித்தார்.

இந்திப் பிரச்சார சபை நிகழ்ச்சிக்குப் பிறகு காந்தியடிகள் மதுரை மீனாட்சி அம்மன் கோயிலுக்கும், பழநி முருகன் கோயிலுக்கும் போவதற்கு ஏற்பாடு செய்யப்பட்டது. காந்தியடிகள் தனி ரயில் மூலம் மதுரைக்குப் புறப்பட்டார். இராஜாஜியும் அவருடன் சென்றார். காமராசரும் தொண்டர்களும் வேறு பெட்டியில் ஏறிக்கொண்டார்கள்.

தமிழகச் சுற்றுப்பயணத்தின்போது காந்தியடிகளின் அருகிலேயே இராஜாஜி இருந்தார். ஒருமுறைகூட, தமிழ்நாடு காங்கிரஸ் நிலவரத்தைக் காமராசரிடம் காந்தியடிகள் கேட்கவில்லை.

தமிழ்நாடு சுற்றுப்பயணத்தை முடித்துவிட்டுத் திரும்பிய காந்தியடிகள் தமது சுற்றுப்பயணம் பற்றி 1946 பிப்ரவரி 'அரிசன்' இதழில், "இராஜாஜிக்கு எதிராகக் காங்கிரஸ் கட்சியில் ஒரு சிறு குழு

(Clique) இருப்பதை அறிந்து மனம் வருந்துகிறேன். இந்த சிறுகுழு, சென்னை மாநில காங்கிரஸ் கட்சியில் அதிகாரப்பூர்வமாகச் செயல்படுகிறது என்றாலும் மக்கள் இராஜாஜிக்கு ஆதரவாக உள்ளனர். இதை நான் மதுரை, பழநி ஆகிய இடங்களுக்குச் செல்லும் வழியில் பார்த்தேன். அதனால், தமிழகக் காங்கிரஸ்காரர்கள் ஒன்றாகச் சிந்தித்துச் செயல்படவேண்டும். இந்த நெருக்கடியான சூழ்நிலையில் இராஜாஜியைப்போல் பொறுப்பேற்று நடத்த எவராலும் இயலாது. அவரது தொண்டினைத் தமிழ்நாடு இழந்துவிடக்கூடாது. அதனால், அவருக்கு எதிராகச் செயல்படும் சிறு குழுவினரை எச்சரிக்காவிட்டால் காங்கிரஸ் இயக்கத்திற்கு நான் செய்யவேண்டிய கடமையினைச் செய்யத் தவறியவன் ஆவேன்" என்று எழுதினார்.

'அரிசன்' பத்திரிக்கையில் காமராசரையும் அவரது தொண்டர்களையும் 'கிளிக்' என்று காந்தியடிகள் எழுதியது தமிழ்நாட்டில் பெரும் பரபரப்பை ஏற்படுத்தியது. காமராசரின் தொண்டர்கள் கொதித்தனர். 'போராட்டக் காலத்தில் ஒதுங்கியிருந்துவிட்டு, பதவிக்காக இராஜாஜி வலை விரிக்கிறார்' என்றுகூறி அவரை எதிர்த்தனர்.

காமராசரையும் அவரது தொண்டையும் தியாகத்தையும் காந்தியடிகள் புரிந்துகொள்ளவில்லை என்றாலும் அவர்மீது காமராசர் மிகுந்த மதிப்பு வைத்திருந்தார்.

பிப்ரவரி மாதத்திலேயே காந்தியடிகளின் எழுத்துக்குக் காமராசர் பதில் அறிக்கைவிட்டார்.

'அரிசன்' பத்திரிகையில் இராஜாஜியைப் பற்றியும், தமிழ்நாடு காங்கிரஸ் பற்றியும் காந்திஜி எழுதியிருப்பதைக் கண்டு அதிர்ச்சியடைந்தேன். நான் தமிழ்நாடு காங்கிரஸ் கமிட்டியின் அதிகாரப்பூர்வமான தலைவர். விதிமுறைகளின்படிதான் ஆட்சிமன்றக்குழு உறுப்பினர்களை நியமனம் செய்தேன்.

காந்திஜியிடம் நான் மிகவும் மரியாதை வைத்திருக்கிறேன். சென்னையிலும் தமிழ்நாட்டிலும் காந்திஜி சுற்றுப்பயணம் செய்தபோது நான் அவருடனேயே இருந்தேன். தமிழ்நாட்டில் காந்திஜி இருந்தபோது தமிழ்நாடு காங்கிரஸ் விபரங்கள் குறித்து என்னிடம் பேசவில்லை. 'கிளிக்' என்ற ஒரு பதத்தை அவர்

உபயோகித்துள்ளார். இந்தத் தகராறுகளுக்குக் காரணமாக இருக்கும் ஆட்சிமன்றக் குழுவின் தலைவர் பதவியிலிருந்து நான் விலகிக்கொள்கிறேன்" என்று அந்த அறிக்கையில் தெரிவித்திருந்தார்.

காமராசரின் அறிக்கையைப் பார்த்து, காந்தியடிகளும் பிற காங்கிரஸ் தலைவர்களும் அதிர்ச்சியடைந்தனர். பட்டாபி

சீதாராமையா நேரில் காந்தியடிகளைச் சந்தித்து, காமராசரின் பலன் கருதாத உழைப்பை விவரித்தார். தமிழ்நாட்டில் காங்கிரஸ் கட்சி காமராசரால் வளர்க்கப்படுவதை எடுத்துக்கூறினார்.

வரதராஜுலு நாயுடு ஒரு கடிதத்தின் மூலம் காமராசரின் தியாகத்தை காந்தியடிகளுக்கு உணர்த்தினார்.

"தென்னாட்டில் காந்தி தர்மத்திலும், காங்கிரஸ் திட்டத்திலும் பரிசுத்தமான பக்தியுடன் உழைத்து வருபவர்களில் காமராசர் முன்னணியில் இருக்கின்றார். உயர்தரமான நாடார் அவர்களைக் குறித்து, தாங்கள் தவறாக எழுதியிருப்பது நல்லதல்ல. இவ்விஷயத்தில் தாங்கள் தலையிடாமல் இருப்பது நல்லது என்பதைத் தங்களுக்குத் தெரிவித்துக்கொள்கிறேன்" என்று குறிப்பிட்டிருந்தார்.

வரதாராஜுலு நாயுடு எழுதியதை ஏற்றுக்கொண்டு காந்தியடிகள் அவருக்குப் பதில் கடிதம் எழுதினார்.

1946ஆம் ஆண்டு யாரை சென்னை மாநில முதல்வர் ஆக்குவது என்னும் பிரச்சனை வந்தபோது காமராசரும், பிரகாசமும், மாதவமேனனும் காந்தியடிகளைச் சந்தித்தனர். இராஜாஜியை முதல்வராக்குவதற்குக் காந்தியடிகள் வற்புறுத்தினார்.

இறுதியல் பிரகாசம் முதல்வரானார்.

காமராசரும் நேருவும்

வடக்கு, தெற்கு என்ற வேற்றுமை வேண்டாம். இந்திக்காரனோடு பேசுவதற்கு நாம் இந்தி கற்றுக்கொள்ள வேண்டும். நம்மிடம் பேசுவதற்கு இந்திக்காரர்கள் அவசியம் தமிழ் கற்றுக்கொள்ள வேண்டும்.

• • •

1927ஆம் ஆண்டு அகில இந்திய காங்கிரஸ் மாநாடு சென்னையில் நடைபெற்றது. அந்த மாநாட்டுக்கு டாக்டர் அன்சாரி என்பவர் தலைமை தாங்கினார். இந்த மாநாட்டில் 'இந்தியாவுக்கு முழுச்சுதந்திரம் வேண்டும்' என்று அறைகூவல் விடப்பட்டது.

ஐரோப்பியச் சுற்றுப்பயணத்திற்குச் சென்றிருந்த ஜவகர்லால் நேரு அந்தச் சுற்றுப்பயணத்தை முடித்துக்கொண்டு சென்னைக்கு வந்தார். மாநாட்டில் கலந்துகொள்ள வந்த நேருவைச் சத்தியமூர்த்தியும், காமராசரும் நேரில் சந்தித்தனர். விருதுநகரில் நடைபெற இருந்த இந்தியக் குடியரசு காங்கிரஸ் மாநாட்டுக்கு அழைத்தனர். நேரு அதற்கு ஒப்புக்கொண்டு விருதுநகருக்குச் சென்று இந்தியக் குடியரசு காங்கிரஸ் மாநாட்டில் கலந்துகொண்டார். அந்த மாநாட்டில் உரையாற்றும்போது காமராசரை நேரு வெகுவாகப் பாராட்டினார். சிறந்த முறையில் மாநாட்டு ஏற்பாடுகளைச் செய்திருப்பதாகக் கூறினார். மேலும், காமராசர் நடத்தவிருந்த ஜேம்ஸ் நீல் சிலை அகற்றும் போராட்டத்திற்கும் வாழ்த்துத் தெரிவித்தார்.

1942ஆம் ஆண்டு மும்பையில் நடைபெற்ற அகில இந்திய காங்கிரஸ் மாநாட்டிலும் காமராசர் நேருவைச் சந்தித்தார். அப்போது, காமராசர் தமிழ்நாடு காங்கிரஸ் கட்சியின் தலைவராக இருந்தார்.

1952ஆம் ஆண்டு சென்னை மாநில முதல்வராக இருந்த இராஜாஜி கொண்டுவந்த குலக்கல்வித் திட்டத்தை எதிர்த்து எதிர்க்கட்சியினரும் காங்கிரஸ் கட்சியினரும் போராட்டம் நடத்தினர். காங்கிரஸ் கட்சியினர் இராஜாஜியை முதல்வர் பதவியைவிட்டு விலகுமாறு கூறினார்கள். அப்போது நேரு தலையிட்டு, 'இராஜாஜியே தொடர்ந்து முதல்வராக இருக்கவேண்டும்' என்று அறிக்கை வெளியிட்டார்.

நேருவின் இந்த அறிக்கையைத் தமிழ்நாடு காங்கிரஸ் கட்சியைச் சேர்ந்த பலர் எதிர்த்தனர். 'ஜவகர்லால் நேரு, தமிழ்நாட்டின் உண்மை நிலையை உணராமல் முடிவு செய்துவிட்டார். அவரிடம் நிலவரத்தை விளக்கி நியாயம் கேட்கவேண்டும். புதிய முதல்வராகக் காமராசரைத் தேர்ந்தெடுக்க ஆதரவு பெறவேண்டும்' என்று ஒரு குழு டில்லிக்குச் சென்று நேருவிடம் முறையிட்டது.

இராஜாஜிக்குத் தமிழ்நாட்டில் ஆதரவு மிகவும் குறைவு என்பதை நேரு தெரிந்திருந்தாலும் டில்லியில் உள்ள தலைவர்களுடனும் மற்றவர்களுடனும் இராஜாஜி நெருங்கிய தொடர்புகொண்டவர் என்பதால் இராஜாஜிக்கு ஆதரவாக ஜவகர்லால் நேரு அறிக்கைவிட்டார். தமிழ்நாட்டிலிருந்து குழுவாகக் காங்கிரஸ்காரர்கள் சென்று நேருவிடம் தமிழ்நாட்டு நிலைமையையும் பெருந்தலைவர் காமராசரின் செல்வாக்கையும்

எடுத்துக்கூறியதால் அவர், "உங்கள் ஆட்சியை நீங்கள் எப்படியும் தீர்மானம் செய்ய உங்களுக்கு உரிமையுள்ளது" என்று தெரிவித்துவிட்டார்.

ஆவடியில் காங்கிரஸ் மாநாடு

காமராசர் 1954ஆம் ஆண்டு முதல்வரானார். அடுத்த ஆண்டே சென்னை – ஆவடியில் அகில இந்திய காங்கிரஸ் மாநாட்டை நடத்தும் வாய்ப்பு, காமராசருக்குக் கிடைத்தது. மாநாட்டுக்குத் தேவையான அலங்கார வேலைகள் அனைத்தையும் அத்துறையில் சிறப்புற விளங்கிய திரைப்படத் தயாரிப்பாளர் எஸ்.எஸ்.வாசனிடம் கொடுத்தார்.

1926ஆம் ஆண்டு அகில இந்திய காங்கிரஸ் கட்சிக்குத் தலைவராக இருந்தவர் எஸ்.சீனிவாச ஐயங்கார். அவரது நினைவாக, ஆவடி காங்கிரஸ் மாநாட்டிற்கு அவரது மகள் அம்புஜம்மாளை வரவேற்புக் குழுவில் நியமித்தார். தமது அரசியல் தலைவர் சத்தியமூர்த்தியின் பெயரை மாநாடு நடைபெற்ற இடத்திற்குப் பெயராக 'சத்தியமூர்த்தி நகர்' என்று சூட்டினார்.

ஆவடியில் நடைபெற்ற காங்கிரஸ் மாநாட்டில்தான் 'மாதிரி சோஷலிச சமுதாய'த்தை அமைப்பதற்கான தீர்மானம் நிறைவேற்றப்பட்டது. இந்தத் தீர்மானத்தை மௌலானா ஆசாத் முன்மொழிந்தார். காமராசர் வழிமொழிந்தார்.

மாநாட்டில் சிறப்புரையாற்றிய ஜவகர்லால் நேரு, காமராசரைப் பாராட்டு மழையில் நனைய வைத்தார். காமராசரைப் பாராட்டும்போதெல்லாம் அந்த மாநாட்டுப் பந்தல், கர ஒலியால் குலுங்கியதை நேரு கண்டார். தமிழ்நாடு காங்கிரஸ் கட்சி என்ற ஆலமரம் காமராசரைத்தான் ஆணிவேராகக் கொண்டிருக்கிறது என்பதை அறிந்தார். இதற்கு முன்பு பலமுறை காமராசரை நேரு சந்தித்திருந்தாலும் இப்போதுதான் காமராசரின் திறமையை அறிந்தார். இந்தக் காங்கிரஸ் மாநாடு காமராசரைப் பல அகில இந்திய காங்கிரஸ் தலைவர்களுக்கு அறிமுகப்படுத்தியது.

திருவிதாங்கூர் சமஸ்தானத்திலுள்ள தமிழர் வாழும் பகுதிகளைத் தமிழ்நாட்டுடன் சேர்ப்பதற்கான கோரிக்கையையும் காமராசர், டில்லிக்குச் சென்று நேருவிடம் தெரிவித்துள்ளார்.

காமராசர் திட்டமும் நேருவும்

1963ஆம் ஆண்டு காமராசர் கொண்டுவந்த காமராசர் திட்டத்தை நேரு ஏற்றுக்கொண்டதோடு அல்லாமல் அவரது

சிந்தனைத் திறனையும் செயல்வேகத்தையும் பாராட்டினார். காமராசர் திட்டத்தின்படி தாமும் பிரதமர் பதவியிலிருந்து விலகுவதாகக் கூறினார். காமராசர்தான் அவரை வற்புறுத்தித் 'தாங்கள் விலகக்கூடாது' என்று கூறினார்.

காமராசர் தமது முதல்வர் பதவியிலிருந்து விலகிய உடனே அகில இந்திய காங்கிரஸ் கட்சிக்குக் காமராசர்தான் பொருத்தமான தலைவர் என்பதை நேரு முடிவு செய்துவிட்டார். எனவே, ஜெய்ப்பூரில் நடைபெற்ற காங்கிரஸ் மாநாட்டில் காமராசரை அகில இந்திய காங்கிரஸ் கட்சியின் தலைவராக நேரு அறிவித்தார்.

காங்கிரஸ் கட்சியின் 68ஆம் மாநாடு ஒரிசாவிலுள்ள புவனேசுவரத்தில் நடைபெற்றபோது நேருவுக்கு உடல்நலம் சரியில்லாமல் போய்விட்டது. நேருவின் உடல் நலக்குறைவைக் காமராசர்தான் மாநாட்டில் அறிவித்தார். அதன்பிறகு நடைபெற்ற காங்கிரஸ் செயல்பாடுகள் அனைத்தையும் காமராசரிடம் கேட்டே நேரு செய்தார். இந்த நிலை நேருவின் மரணம்வரை நீடித்தது.

காமராசருக்கும் நேருவுக்கும் இடையில் கருத்து வேறுபாடுகள் எழுந்ததில்லை. காமராசரின் உழைப்பையும், நேர்மையையும், எளிமையையும் நேரு நன்கு அறிந்திருந்தார். எனவே, எதிர்காலத்தில் காங்கிரசைக் காமராசரால்தான் கட்டிக்காக்க முடியும் என்று அவர் நம்பினார்.

அயல்நாடுகளில் காமராசர்

நாமெல்லோரும் பெரியவர்களாகிவிட்டோம். இனி நமக்குப் படிப்பு வராது. நம்முடைய குழந்தைகளாவது படிக்கட்டும். அவர்களுக்காவது எது நியாயம், எது அநியாயம் என்று தெரியட்டும். அதற்காகத்தான் நாங்கள் நிறையப் பள்ளிக்கூடங்களைத் திறக்கிறோம். எல்லோரும் படிக்க வசதி செய்து கொடுக்கிறோம்.

•●•

அகில இந்திய காங்கிரஸ் கட்சியின் தலைவரான காமராசரின் புகழ் இந்தியாவில் பரவியதுடன் உலக நாடுகளிலும் பரவியது. ரஷ்யாவும் அமெரிக்காவும் காமராசரைத் தங்கள் நாட்டுக்கு அழைத்தன. ஆனால், இந்தியாவுக்கும் பாகிஸ்தானுக்கும் இடையே பூசல்கள் இருந்துகொண்டிருந்ததால் காமராசர் வெளிநாடுகளுக்குச் செல்லவில்லை.

ரஷ்ய அதிபர் கோசிஜினின் முயற்சியால் இந்தியாவுக்கும் பாகிஸ்தானுக்கும் ஓரளவு அமைதி ஏற்பட்டது. இரு நாடுகளுக்கும் இடையேயான ஒப்பந்தத்தில் கையெழுத்திடுவதற்காக லால்பகதூர் சாஸ்திரி ரஷ்யாவுக்குச் சென்றார். தாஸ்கண்டில் ஒப்பந்தம் கையெழுத்தாகியது. இந்தியாவிற்குத் திரும்புவதற்கு முன்பே சாஸ்திரி காலமானார்.

சாஸ்திரியின் உடலுடன் கோசிஜின் இந்தியாவிற்கு வந்தார். சாஸ்திரியின் இறுதி நிகழ்ச்சி முடிந்ததும் காமராசரை ரஷ்யாவுக்கு

வருமாறு கோசிஜின் மீண்டும் அழைத்தார். அவரது அழைப்பைக் காமராசர் ஏற்றுக்கொண்டார்.

சோஷலிச நாடுகளுக்குச் செல்வதற்குத் திட்டமிட்ட காமராசர் 1966ஆம் ஆண்டு ஜூலை மாதம் ரஷ்யாவுக்குப் புறப்பட்டார். தமிழ்நாட்டின் தொழில் அமைச்சராக இருந்த ஆர்.வெங்கட்ராமனும் காமராசரின் தனிச்செயலரும் அவருடன் சென்றனர்.

மாஸ்கோவில் காமராசரைச் சிறப்பாக வரவேற்றனர். மாஸ்கோ நகர மேயர் பிரமிஸ்லோவ், மாஸ்கோவின் சிறப்புகளைக் காமராசரிடம் விளக்கினார். அங்கிருந்து சோவியத் குடியரசு நாடுகளில் ஒன்றான தாஜிக் என்னும் பகுதிக்குக் காமராசர் சென்றார். அங்கே மக்கள் வாழ்க்கையை நேரில் கண்டறிந்தார். மீண்டும் மாஸ்கோவுக்கு வந்த காமராசர் ரஷ்ய அதிபர் கோசிஜினைச் சந்தித்தார். கிரம்ளின் மாளிகையில் காமராசருக்குக் கோசிஜின் விருந்தளித்தார்.

மாஸ்கோவில் செஞ்சதுக்கத்தில் உள்ள லெனின் சமாதிக்குச் சென்று காமராசர் அஞ்சலி செலுத்தியதுடன் அவர் வாழ்ந்த அறை, அவர் பயன்படுத்திய பொருள்கள் முதலியவற்றைப் பார்த்தார். லெனினின் எளிமையைக் காமராசர் வியந்து போற்றினார். உலகில் எங்கே இருந்தாலும் எளிமைக்கு மதிப்பு இருப்பதைக் காமராசர் உணர்ந்தார். மேலும், ரஷ்யாவில் ஸ்டாலின் கிராடு, லெனின் கிராடு முதலிய நகரங்களுக்குச் சென்றார். லெனின் கிராடில் காமராசருக்குச் சிறப்பான வரவேற்பு அளிக்கப்பட்டது.

லெனின் கிராடு நகரிலுள்ள போர் நினைவுச் சின்னத்தையும் காமராசர் பார்த்தார். அப்போது மழை பெய்தது. மழையில் நனைந்துகொண்டே அதைப் பார்த்த காமராசருக்குப் பலர் மழைக்கோட்டு கொடுத்தனர். அதை வாங்கிக்கொள்ளாமல் காமராசர் நனைந்தே சென்றார்.

ரஷ்யாவில் பயணத்தை முடித்துக்கொண்ட காமராசர் கிழக்கு ஜெர்மனிக்குச் சென்றார். அங்கே பெர்லின் நகரில் உதவிப் பிரதமர் டாக்டர் கெர்ஹாராவைச் சந்தித்து உரையாடினார். புகழ்பெற்ற கெய்சர் மாளிகையைப் பார்த்தார்.

கிழக்கு ஜெர்மனியிலிருந்து காமராசர் செக்கோஸ்லேவியாவுக்குச் சென்றார். செக்கோஸ்லேவியாவின் புகழ்பெற்ற நகரங்களுள் ஸ்கோடா என்னும் நகரமும் ஒன்று. சிமெண்ட், சர்க்கரை ஆலைகளுக்குத் தேவையான எந்திரங்கள் இங்கேதான் தயாரிக்கப்படுகின்றன.

ஹங்கேரி, பல்கேரியா ஆகிய நாடுகளுக்குச் சென்ற காமராசர் அங்குள்ள கோழிப்பண்ணைகளையும் விவசாய நிலங்களையும் பார்வையிட்டார். அங்கிருந்து யூகோஸ்லேவியாவிற்குக் காமராசர் வந்தார். யூகோஸ்லேவியாவின் அதிபர் மார்ஷல் டிட்டோவைக் காமராசர் சந்தித்தார். தமது வெளிநாட்டுப் பயணத்தை முடித்துக்கொண்டு ஆகஸ்ட் பதினைந்தாம் நாள் சென்னைக்குத் திரும்பினார்.

சென்னை விமான நிலையத்தில் மக்கள் வெள்ளம் காமராசரை வரவேற்றது. சாதாரணக் குடியானவனைப்போல் வேட்டி, சட்டையுடன் ரஷ்யாவுக்கும் பிற நாடுகளுக்கும் சென்று திரும்பிய காமராசரின் எளிமையை உலகமே பாராட்டியது.

காமராசரின் ரஷ்ய பயணத்துக்காகக் காங்கிரஸ் கட்சி அவருக்குப் பேண்ட், சட்டை, கோட் முதலியவற்றை வாங்கியது. ஆனால், காமராசர் அவற்றைப் பயன்படுத்தவில்லை.

அடுத்தபடியாகக் காமராசர் அமெரிக்காவுக்குச் செல்லத் திட்டமிடப்பட்டிருந்தது. ஆனால், தேர்தல் காரணமாக அவரால் செல்லமுடியவில்லை. அதன்பிறகு அவர் வெளிநாட்டுக்குச் செல்லவில்லை.

ஆனால், இந்த வெளிநாட்டுப் பயணத்திற்கு முன் 1954ஆம் ஆண்டிலேயே அவர் மலேசியாவுக்குச் சென்றுள்ளார். அவர் மலேசியாவில் இருக்கும்போதுதான் தமிழ்நாடு காங்கிரசில் புயல் வீசியது. இராஜாஜி கொண்டுவந்த குலக்கல்வி முறையை எதிர்த்து, தமிழ்நாடு காங்கிரஸ்காரர்கள் கையெழுத்து வேட்டை நடத்தினார்கள். காமராசர் தமிழ்நாட்டுக்கு வருவதற்குள் இராஜாஜி முதல்வர் பதவியைவிட்டு விலகிவிட்டார்.

ஆட்சியில் இருப்பவர்களிலும் அரசியல் கட்சித் தலைவர்களிலும் சிலர் தங்கள் குடும்பத்தினருடன் வெளிநாட்டிற்குச் செல்ல விரும்புவார்கள். ஆனால், காமராசர் தமது வெளிநாட்டுப் பயணத்தை நாட்டு முன்னேற்றத்திற்காகவே பயன்படுத்தினார்.

ரஷ்யாவில் மக்கள் வாழ்க்கை முறையையும் அவர்களின் பொருளாதார மேம்பாட்டையும் அறிவதிலேயே ஆர்வம் செலுத்தினார். வெளிநாட்டுத் தொழில்நுட்பத்தை இந்தியாவிற்குப் பயன்படுத்த முடியுமா என்று எண்ணினார்.

எந்த நிலையிலும் தமது இயல்பு நிலையிலிருந்து காமராசர் மாற விரும்பவில்லை. எளிமையான உடை, நடைமுறைகளையே அவர் தமது வெளிநாட்டுப் பயணத்தின்போதும் பயன்படுத்தினார்.

காமராசர் ஆட்சி

அரசாங்கத்தின் கொள்கையைத்தான் எல்லோரும் ஏற்கவேண்டும் என்று ஆளுங்கட்சி சொல்லக்கூடாது. குறைகளைத் தெரிவிப்பதற்கு மாறுப்பட்டுள்ள கருத்துள்ளவர் வேண்டியதுதான்.

•●•

தமிழ்நாட்டை ஆளும் பொறுப்பு 1967ஆம் ஆண்டு காங்கிரஸ் கட்சியிடமிருந்து பறிபோனது. முப்பத்தைந்து ஆண்டுகள் ஆனபிறகும் காங்கிரஸ் தமிழ்நாட்டில் ஆட்சியமைக்க முடியவில்லை. தமிழ்நாட்டிலுள்ள காங்கிரஸ் தலைவர்கள் வாக்குக் கேட்கும்போதும் அறிக்கைகள் வெளியிடும்போதும் பேட்டி கொடுக்கும்போதும் காங்கிரஸ் ஆட்சியைத் தமிழ்நாட்டில் கொண்டுவருவோம் என்று சொல்வதில்லை. காமராசர் ஆட்சியை அமைப்போம் என்றுதான் சொல்கிறார்கள். அந்த அளவிற்குக் காமராசர் ஆட்சியானது தமிழ்நாட்டின் வரலாற்றில் இடம் பெற்றுவிட்டது.

காமராசர் ஆட்சி செய்த காலத்தைத் தமிழ்நாட்டின் பொற்காலம் என்று கூறும் அளவிற்குச் சிறந்த ஆட்சியை வழங்கினார். மூன்றுமுறை முதல்வராக ஆட்சி நடத்திய காமராசரின் அமைச்சரவையின் மீது ஊழல் குற்றச்சாட்டு எதுவும் எழவில்லை.

இலவசக் கல்வி

காமராசர் தமிழ்நாட்டில் ஆட்சி செய்தபோது கல்வியில் மறுமலர்ச்சி ஏற்பட்டது. “கல்வித்துறையில் ஒரு நூற்றாண்டில்

ஏற்படக்கூடிய வளர்ச்சியை முதலமைச்சர் காமராசர் எட்டு ஆண்டுகளில் சாதித்துக்காட்டினார்" என்று நெ.து.சுந்தர வடிவேலு தெரிவித்துள்ளார்.

'அனைவருக்கும் கல்வி' (சர்வ சிக்ஷாபியான்) என்னும் திட்டத்தை இந்திய அரசு 2002ஆம் ஆண்டில் அறிமுகம் செய்துள்ளது. ஆனால், 'எல்லோருக்கும் கல்வி' என்னும் திட்டத்தை 45 ஆண்டுகளுக்கு முன்பே காமராசர் நடைமுறைப்படுத்திவிட்டார். இந்தியாவிலுள்ள அனைத்து மாநிலங்களுக்கும் கல்வித் திட்டங்களில் முன்னோடி மாநிலமாகத் தமிழ்நாடு விளங்கியது.

ஐநூறுக்கும் மேற்பட்ட மக்கள்தொகை உள்ள அனைத்துச் சிற்றூர்களிலும், பள்ளிக்கூடங்களைத் திறப்பதற்குக் காமராசர் ஏற்பாடு செய்தார். இந்தத் திட்டம் நிறைவேறிய பிறகு முந்நூறுக்கும் மேற்பட்ட மக்கள் வாழும் சிற்றூர்களில் பள்ளிக்கூடம் ஏற்படுத்தினார் காமராசர். பள்ளிக்கூடங்கள் கூடியதற்கேற்ப ஆசிரியர் பயிற்சிப் பள்ளிகளையும் அதிகரித்தார்.

எல்லாச் சிற்றூர்களிலும் பள்ளிக்கூடங்கள் அமைத்தாலும் அங்கே படிப்பதற்கு மாணவர்கள் வந்தால்தானே அந்தப் பள்ளிகளால் பயன் உண்டு. மாடு மேய்த்தால் உணவு கிடைக்கும் என்னும் நோக்கத்துடன் மாடு மேய்க்கச் செல்லும் சிறுவன், பள்ளிக்கூடத்திற்கு வரவேண்டும் என்றால் அவனுக்கு உணவு கிடைக்கவேண்டும். சிற்றூர்களில் சிறுவர்கள் பள்ளிக்கு வராததற்குக் காரணம் வறுமைதான் என்பதைக் காமராசர் அறிவார்.

எனவே, மாணவர்களுக்குப் பள்ளிக்கூடத்திலேயே மதிய உணவு வழங்கவேண்டும் என்று முடிவு செய்தார். இந்த மதிய

உணவுத் திட்டம் 1888ஆம் ஆண்டிலேயே விருதுநகரில் உள்ள க்ஷத்திரிய நாடார் உயர்நிலைப் பள்ளியில் நடைபெற்று வந்தது. ஒவ்வொரு வீட்டிலும் பிடி அரிசி வாங்கி, அதை அந்தப் பள்ளியில் படிக்கும் ஏழைப் பிள்ளைகளுக்கு மதிய உணவாக வழங்கினார்கள். அதனால், அந்தப் பள்ளியைப் 'பிடி அரிசிப் பள்ளிக்கூடம்' என்றே அழைத்தார்கள்.

1920ஆம் ஆண்டு சென்னை மாநகராட்சியின் மேயராக பி.தியாகராயர் இருந்தார். அப்போது ஆயிரம் விளக்குப் பகுதியில் உள்ள மாநகராட்சிப் பள்ளியில் மதிய உணவு வழங்கப்பட்டது.

மதிய உணவுத் திட்டத்தைக் காமராசர் முதலில் 1956ஆம் ஆண்டு நெல்லை மாவட்டத்திலுள்ள எட்டயபுரத்தில் அறிமுகம் செய்தார். மேலும், இலவசச் சீருடை, இலவசப் புத்தகம் முதலியவற்றையும் ஏழை மாணவர்களுக்குக் கொடுக்க ஏற்பாடு செய்தார்.

1960ஆம் ஆண்டிலிருந்து பள்ளி இறுதி வகுப்பு வரை இலவசக் கல்வித் திட்டத்தைக் காமராசர் கொண்டுவந்தார். இதற்கு 1500 ரூபாய் வருமான வரம்பு நியமிக்கப்பட்டிருந்தது. இன்று அரசின் பல்வேறு துறைகளில் அலுவலர்களாகப் பணியாற்றும் அனைவரும் இந்த இலவசக் கல்வித் திட்டத்தால் பயன்பெற்றவர்கள் என்பதை அனைவரும் அறிவார்கள்.

காமராசர் தமது ஆட்சிக்காலத்தில் தொழிற்கல்விக்கும் ஊக்கம் அளித்தார். கிண்டியில் பொறியியல் கல்லூரி, குரோம்பேட்டையில் தொழில்நுட்பப் பயிலகம் (எம்.ஐ.டி). அரசு உதவிபெறும் பொறியியல் கல்லூரிகள் ஆகியவற்றைத் தொடங்கினார். திருச்சியில் ஒரு பொறியியல் கல்லூரி, கிண்டியில் தோல்பொருள் ஆராய்ச்சி நிறுவனம், தரமணியில் மத்திய பாலிடெக்னிக், திரைப்படத்துறையிலும் சமையற்கலையிலும் பட்டயக் கல்வி முதலியவற்றையும் கொண்டுவந்தார். இவை அனைத்தும் காமராசரின் முயற்சியால் அவரது ஆட்சிக்காலத்தில் ஏற்படுத்தப்பட்டவை ஆகும்.

சென்னை மருத்துவக் கல்லூரி, ஸ்டான்லி மருத்துவக்கல்லூரி, கீழ்ப்பாக்கம் மருத்துவக்கல்லூரி ஆகியவற்றையும் காமராசர் தம் ஆட்சிக்காலத்தில் ஏற்படுத்தினார். மேலும், செங்கல்பட்டு, தஞ்சாவூர், கோயம்புத்தூர், மதுரை, திருநெல்வேலி ஆகிய இடங்களிலும் அரசு மருத்துவக்கல்லூரிகளைக் காமராசர் அமைத்தார்.

தமிழ் வளர்ச்சி

காமராசர் ஆட்சிக்காலத்தில்தான் தமிழ்மொழி ஆட்சிமொழிச் சட்டம் 1956ஆம் ஆண்டு டிசம்பர் மாதத்தில் நிறைவேற்றப்பட்டது. இந்தச் சட்டத்தின்கீழ் நிர்வாகத்தின் எந்தத் துறைகளில் எல்லாம் தமிழ்மொழியைப் பயன்படுத்த முடியுமோ அந்தத் துறைகளில் எல்லாம் காமராசர் தமிழ்மொழியைப் பயன்படுத்துமாறு ஆணையிட்டார்.

தமிழில் முன்பே தயாரிக்கப்பட்ட கலைக்களஞ்சியம் காமராசர் ஆட்சிக்காலத்தில்தான் வெளியிடப்பட்டது. சென்னைப் பல்கலைக்கழகத்தின் மூலம் ஆங்கிலம் – தமிழ் அகராதியைக் கொண்டுவரச் செய்தார். காமராசர் காலத்தில்தான் 'தமிழ் வெளியீட்டுக் கழகம்' என்னும் அமைப்புத் தொடங்கப்பட்டு ஆங்கில நூல்கள் தமிழாக்கம் செய்யப்பட்டன.

காமராசர் ஆட்சி தமிழ்நாட்டில் நடந்தபோது இந்தி மொழி வளர்ச்சி தமிழ்நாட்டில் எவ்வாறு இருக்கிறது என்பதை அறிவதற்குச் சம்பூர்ணானந்த் குழு தமிழ்நாட்டிற்கு வந்தது.

அக்குழுவிடம் காமராசர் கொடுத்த அறிக்கையில் இந்தி என்ற சொல்லே இடம்பெறவில்லை! தமிழ்நாட்டின் மொழிக்கொள்கை மும்மொழிக் கொள்கை என்று தெரிவித்திருந்த காமராசர், முதல்

மொழியாகத் தமிழ் மொழியையும், இரண்டாம் மொழியாக ஆங்கிலத்தையும் குறிப்பிட்டிருந்தார். மூன்றாம் மொழியாகத் தாய்மொழி அல்லாத பிற இந்திய மொழி ஒன்று என்றுதான் குறிப்பிட்டுள்ளார்.

காமராசர் ஆட்சிக்காலத்தில் தியாகி சங்கரலிங்கனார் தமிழ்நாடு என்னும் பெயரைச் சென்னை மாநிலத்திற்குச் சூட்டவேண்டும் என்னும் கோரிக்கைக்காக உண்ணாவிரதம் இருந்து உயிர் துறந்தார். தியாகி சங்கரலிங்கனாரின் சாவுக்குக் காமராசர்தான் காரணம் என்னும் குற்றச்சாட்டுக் கூறப்படுகிறது. தமிழ்நாடு என்னும் பெயரைச் சூட்டுவதில் காமராசருக்குப் பெரிய தடை எதுவும் கிடையாது. ஆனால், சங்கரலிங்கனார் முன்வைத்த கோரிக்கைகளின் எண்ணிக்கை மொத்தம் இருபத்து நான்கு. அதில் பன்னிரண்டாம் இடத்தில் சென்னை மாநிலத்திற்குத் தமிழ்நாடு என்று பெயர்சூட்ட வேண்டும் என்பது இருந்தது.

சங்கரலிங்கனாரின் கோரிக்கைகளில் சிலவற்றைக் காண்போம்.

1. நாட்டை ஆள்வோர் ஆடம்பரம் இல்லாமல் காந்திய நெறியில் எளிமையைக் கடைப்பிடிக்க வேண்டும்.
2. அரசு ஊழியர்கள் அனைவரும் கதராடையே அணியவேண்டும்.
3. தமிழ்நாட்டுப் பள்ளிகளில் இந்தி மொழி கற்பிக்கப்பட வேண்டும்.
4. கொள்ளைபோன, என் கடைப் பொருள்களை மீட்டுத் தரவேண்டும்.

இவை போன்ற பல கோரிக்கைகள் இடம் பெற்றிருந்தன.

இந்த இருபத்து நான்கு கோரிக்கைகளும் சங்கரலிங்கனாரால் கேட்கப்பட்டவைதானா? என்பதே ஐயத்திற்கு உரியது. ஏனெனில், உண்ணாவிரதம் இருந்த சங்கரலிங்கனாருக்குத் தெரியாமலேயே பலர் பல கோரிக்கைகளை எழுதியாக அரு.சங்கர் என்பார் குறிப்பிட்டுள்ளார்.

மேலும், தியாகி சங்கரலிங்கனார் உண்ணாவிரதம் இருப்பதற்கு மூன்று மாதங்களுக்கு முன்புவரை திருச்செங்கோட்டில் இராஜாஜி உருவாக்கிய காந்தி ஆசிரமத்தில் பணியாற்றினார். அதனால், காமராசர் ஆட்சியில் குழப்பம் ஏற்படுத்தவேண்டும் என்பதற்காகவே தியாகி சங்கரலிங்கனார் உண்ணாவிரதம் இருந்தார் என்னும் எண்ணமும் நிலவுகிறது.

எது எப்படி இருந்தாலும், சென்னை மாநிலத்திற்குத் தமிழ்நாடு என்று பெயர் சூட்டுவதற்குக் காமராசர் முயன்றிருந்தால் அவரால் அது முடிந்திருக்கும். அவ்வாறு காமராசர் செய்யாமல் இருந்தது அவரைப் பற்றிக் குறைகூறுவதற்கு வசதியாய்ப் போய்விட்டது.

தொழிற்சாலைகள்

காமராசரின் ஆட்சி மக்களுக்கு நல்லது செய்வதைக் குறிக்கோளாகக்கொண்ட ஆட்சி. நாடு வளம்பெற வேண்டுமானால் அங்கே தொழில் வளம் பெருகவேண்டும் என்று உணர்ந்த காமராசர் பல தொழிற்சாலைகளைத் தமிழ்நாட்டில் அமைப்பதற்கு மத்திய அரசிடமிருந்து உதவிகளைப் பெற்றார்.

சுவிட்சர்லாந்தின் தொழில்நுட்ப உதவியுடன் சென்னையில் உள்ள பெரம்பூரில் இரயில்பெட்டிகள் செய்யும் தொழிற்சாலையைக் காமராசர் அமைத்தார்.

1956ஆம் ஆண்டு ரூ.160 கோடி முதலீட்டில் நெய்வேலி நிலக்கரிக் கழகம் அமைப்பதற்குக் காமராசர் வழிவகுத்தார்.

நீலகிரியில், இந்துஸ்தான் ஃபிலிம் தொழிற்சாலை அமைத்தார். இதற்கு ஃபிரான்சு நாடு தொழில்நுட்ப உதவி செய்தது.

சென்னையில் உள்ள கிண்டியில், இந்துஸ்தான் டெலி பிரிண்டர் தொழிற்சாலை அமைக்கப்பட்டது.

சென்னையில் உள்ள ஆவடியில், கனரக வாகனங்கள் தொழிற்சாலை உருவாக்கப்பட்டது.

திருச்சியில் திருவெறும்பூரில் 1,800 ஏக்கர் நிலப்பரப்பில் பாய்லர் தொழிற்சாலையும் துப்பாக்கித் தொழிற்சாலையும் அமைக்கப்பட்டன.

சென்னை, மதுரை, விருதுநகர், திருச்சி, திருநெல்வேலி முதலான நகரங்களில் மாநில அரசின் தொழிற்பேட்டைகள் அமைக்கப்பட்டன. மேலும், பதின்மூன்று தொழிற்பேட்டைகளை காமராசர் அரசு ஏற்படுத்தியது.

பல கூட்டுறவு நூற்பாலைகள் காமராசர் ஆட்சிக்காலத்தில் தொடங்கப்பட்டன. கூட்டுறவுத்தொழில் வளத்திற்காக மாநிலக் கூட்டுறவுத் தொழில் வங்கியைக் காமராசர் அரசு தொடங்கியது. இவை தவிரவும் பல தனியார்த் தொழிற்சாலைகள் உருவாவதற்கும் காமராசர் அரசு பல வகைகளில் உதவி புரிந்துள்ளது. காமராசர்

ஆட்சி செய்த ஒன்பது ஆண்டுகளில் அவர் எண்ணற்ற தொழிற்சாலைகளை உருவாக்கித் தமிழ்நாட்டின் தொழில்வளத்தைப் பெருக்கியுள்ளார்.

நீர்த்தேக்கங்கள்

ஆற்றில் ஓடிவரும் வெள்ளம் கடலில் சென்று சேர்ந்தால் நாட்டு மக்களுக்கு அதனால் என்ன பயன்? ஆற்றின் குறுக்கே அணைகளைக் கட்டி அந்த நீரை விவசாயத்திற்குப் பயன்படுத்தினால்தான் அந்த ஆற்று நீரால் பயன் உண்டு. இதை அறிந்த காமராசர் தமது ஆட்சிக்காலத்தில் பல நீர்த்தேக்கங்களை அமைத்தார்.

காமராசர் ஆட்சிக்காலத்தில் 'பரம்பிக்குளம் – ஆளியாறு அணைக்கட்டுத் திட்டம்' உருவாக்கப்பட்டுச் செயல்படுத்தப்பட்டது. ஆனைமலையில் புறப்படும் ஆறுகள் கேரளா வழியாகப் பாய்ந்து அரபிக்கடலில் சங்கமமாகின்றன. இந்த ஆற்றுநீரைத் தமிழ்நாட்டுக்குப் பயன்படுவதற்கு காமராசர் ஆளியாறு நீர்த்தேக்கத்தை உருவாக்கினார். இதன்மூலம் மின் உற்பத்தியும் பெருகியது. இத்திட்டத்தை 1961ஆம் ஆண்டு ஜவகர்லால் நேரு தொடங்கி வைத்தார்.

கீழ் பவானி நீர்த்தேக்கம் 1958ஆம் ஆண்டில் முடிந்தது. வைகை நீர்த்தேக்கத்திற்கு 1954இல் காமராசர் அனுமதி வழங்கினார். மணிமுத்தாறு நீர்த்தேக்கம் உருவாவதற்குப் பெருமுயற்சி மேற்கொண்டவர்கள் பெருந்தலைவர் காமராசரும், கே.டி.கோசல் ராமும் ஆவர். சாத்தனூர் நீர்த்தேக்கத்தை 1957ஆம் ஆண்டு நவம்பர் மாதம் காமராசர் தொடங்கிவைத்தார்.

அமராவதி நீர்த்தேக்கம் 1958ஆம் ஆண்டு ஆகஸ்டு மாதம் நிறைவு பெற்றது.

1958ஆம் ஆண்டு கிருஷ்ணகிரி நீர்த்தேக்கம் அமைக்கப்பட்டது. ஆரணியாறு அணைத்திட்டம் 1957ஆம் ஆண்டு நிறைவேற்றப்பட்டது. 1961ஆம் ஆண்டு வீடூர் அணை கட்டப்பட்டது.

இவை தவிரவும் பல கால்வாய்கள் காமராசர் காலத்தில் வெட்டப்பட்டன. அவற்றுள் கட்டளை மேல்நிலைக் கால்வாய்த் திட்டம், புள்ளம்பாடிக் கால்வாய்த் திட்டம், சிற்றாறு பட்டணங்கால் திட்டம் முதலியவை குறிப்பிடத்தக்கவை ஆகும்.

சர்க்கரை ஆலை

கூட்டுறவுத்துறையின் மூலம் திருப்பத்தூர், வேலூர், ஆம்பூர், மதுராந்தகம், அலங்காநல்லூர் ஆகிய இடங்களில் சர்க்கரை ஆலைகளைக் காமராசர் நிறுவினார்.

வடபாதிமங்கலம், திருச்சி காட்டூர், பெண்ணாடம், முண்டியம்பாக்கம், கோயம்புத்தூர், கோபிச்செட்டிப்பாளையம் ஆகிய இடங்களில் தனியார் சர்க்கரை ஆலைகள் ஏற்படுவதற்குக் காமராசர் உதவி செய்தார்.

இதர மேம்பாடுகள்

நெடுஞ்சாலைகளில் தேவைப்படும் இடங்களில் எல்லாம் பெரிய பாலங்கள் கட்டுவதற்கும் ரயில்வேயில் சுரங்கப்பாதைகளும் மேம்பாலங்களும் கட்டுவதற்கும் ஏற்பாடு செய்தார்.

தூத்துக்குடித் துறைமுகம் காமராசர் காலத்தில் பெரிதுபடுத்தப்பட்டது.

தொழில்துறை ஆராய்ச்சிக்காகக் காரைக்குடியில் மின்னணு ஆராய்ச்சி நிறுவனமும், தஞ்சை ஆடுதுறையில் மண் ஆராய்ச்சி நிறுவனமும் காமராசர் காலத்தில் ஏற்படுத்தப்பட்டன.

காமராசர் ஆட்சிக்காலத்தில் தமிழ்நாட்டுக்கு இங்கிலாந்து அரசி எலிசபெத் வருகை தந்தார். இரஷ்ய அதிபர் குருஷேவ், யுகோஸ்லேவியாவின் அதிபர் டிட்டோ, எகிப்து அதிபர் நாசர் ஆகியோரும் தமிழ்நாட்டுக்கு வந்தனர்.

தமிழ்நாட்டைக் காமராசர் எட்டு மந்திரிகளுடன் ஒன்பது ஆண்டுகள் மட்டுமே ஆட்சிபுரிந்தார். அந்த ஒன்பது ஆண்டுகளில் அவரது சாதனைப் பட்டியலைப் பார்த்தீர்களா? சொல்லிய சாதனைகள் குறைவு. சொல்லாத சாதனைகளில் பலவற்றை நேருவிடம் வாதாடியே காமராசர் தமிழ்நாட்டுக்குப் பெற்றுத் தந்துள்ளார் என்பதை ஆராய்ச்சியாளர்கள் அறிவார்கள்.

அதனால்தான் காங்கிரஸ்காரர்கள், காங்கிரஸ் ஆட்சியை மீண்டும் தமிழகத்தில் அமைப்போம் என்று கூறாமல் காமராசர் ஆட்சியை அமைப்போம் என்று கூறுகிறார்கள்.

காமராசரின் பண்புகள்

உங்கள் நண்பன் எனக்கு மகத்தான வரவேற்புக் கொடுத்தீர்கள். உங்கள் அன்புக்கும் வரவேற்புக்கும் நன்றி. நீங்கள் அனைவரும் எனக்காக ஒன்று செய்யவேண்டும். நீங்கள் கொடுத்த இந்த மகத்தான வரவேற்பினால் எனக்குத் தலைக்கனம் ஏற்பட்டுவிடக்கூடாது என்று நீங்கள் அனைவரும் கடவுளைப் பிரார்த்திக்க வேண்டும்.

•••

எளிமை, நேர்மை, தியாகம் இவற்றின் இருப்பிடமாக விளங்கியவர் காமராசர். அவர், அண்ணல் காந்தியின் வழியில் நாட்டு விடுதலைக்குப் பாடுபட்ட தன்னலமற்ற தலைவர். இந்தியத் தலைவர்களில் தன்னிகரில்லாத் தனிப்பெருந்தலைவராக விளங்கியதால் மக்கள் அவரைப் பெருந்தலைவர் என்று போற்றினார்கள். உழைப்பின் மூலம் உயர்ந்த இடத்திற்கு வரமுடியும் என்பதற்கு எடுத்துக்காட்டாக வாழ்ந்தவர்தான் காமராசர்.

பலனை எதிர்பார்க்காமல் அவர் செய்த கடமையால் பல பதவிகள் அவரைத் தேடிவந்தன. அதனால்தான் அவரை, 'கர்ம வீரர்' என்கிறோம். அந்தக் கர்ம வீரரின் வாழ்க்கையே நமக்குப் பாடமாக அமையும். அத்தகைய சிறந்த பண்புகளின் பிறப்பிடமாக அவருடைய வாழ்க்கை அமைந்துள்ளது.

நன்றி மறவா நற்பண்பு

1954ஆம் ஆண்டு ஏப்ரல் மாதம் பதின்மூன்றாம் நாள் காமராசர் தமிழ்நாட்டின் முதல்வரானார். முதல்வராகப் பதவி ஏற்றதும் காமராசர் நேரே தமது அரசியல் ஆசான் சத்தியமூர்த்தியின் வீட்டுக்குத்தான் போனார். அப்போது சத்தியமூர்த்தி உயிருடன் இல்லை. அவரது துணைவியாரைச் சந்தித்து ஆசி பெற்றார். 1955ஆம் ஆண்டு ஆவடியில் அகில இந்திய காங்கிரஸ் மாநாடு நடைபெற்றபோது அப்பகுதிக்குச் சத்தியமூர்த்தி நகர் என்று பெயர்சூட்டி, தம் நன்றியை வெளிப்படுத்தினார். மேலும், சென்னையில் அமைக்கப்பட்ட தமிழ்நாடு காங்கிரஸ் அலுவலகத்திற்கு 'சத்தியமூர்த்தி பவன்' என்று பெயரிட்டார்.

ஒருமுறை திருச்சியில் நடைபெற்ற பொதுக்கூட்டத்தில் சத்தியமூர்த்தி, "காமராஜர் ஆர்வம் மிக்கவர்; சிறந்த தொண்டர்; திறமை நிறைந்தவர். ஒரு நாளைக்கு இவர் சென்னைக் கோட்டையில் அமரப்போகிறார்" என்றார். அன்று அவர் கூறியதன்படி காமராசர் முதல்வரானார். ஆனால், அவர் முதல்வரான சூழ்நிலையைப் பார்த்தால் அவரது துணிச்சல் நமக்குப் புரியும்.

முதல்வர் பதவிக்காக ஆள் பிடித்தவர்களும் கால் பிடித்தவர்களும் வாழுகிற காலத்தில், தமக்கு வந்த முதல்வர் பதவியையே வேண்டாம் என்று உதறித்தள்ளியவர். இலட்சக்கணக்கான காங்கிரஸ் தொண்டர்களும், நேருவும், பெரியாரும், வரதராஜுலு நாயுடுவும் வற்புறுத்திய பிறகே காமராசர் முதல்வர் பதவியையே ஏற்றுக்கொள்ளச் சம்மதித்தார். அதற்கு அவர் நிபந்தனையும் விதித்தார். அந்த நிபந்தனை என்ன தெரியுமா? "கட்சிக்காரர்களும் சட்டமன்ற உறுப்பினர்களும் எந்தவிதச் சலுகைகளையும் கேட்டு என்னிடம் வரக்கூடாது. அதற்குச் சம்மதித்தால் நான் முதலமைச்சர் பதவியை ஏற்கத் தயார்" என்பதுதான் அந்த நிபந்தனை! பதவியை ஏற்றுக்கொள்வதற்கு நிபந்தனை விதிக்கும் துணிச்சல் உழைப்பால் உயர்ந்த காமராசரைத் தவிர வேறு யாருக்கு வரும்?

1948ஆம் ஆண்டு காமராசர் சென்னை, திருமலைப்பிள்ளை சாலையிலுள்ள வாடகை வீட்டில் குடியேறினார். அவர் முதல்வாரன பிறகும் அந்த வீட்டைவிட்டு அவர் அரசாங்க வீட்டுக்குப் போகவில்லை என்பது குறிப்பிடத்தக்கதாகும்.

நேர்மை

சென்னையில் உள்ள தலைமைச் செயலகத்தில் பணியாற்றும் கண்காணிப்பாளர்களுக்கு உதவிச் செயலாளராகப் பதவி உயர்வு வழங்குவதற்கு அரசு முடிவெடுத்தது. பணி மூப்பின் அடிப்படையில் பதவி உயர்வை வழங்காமல் திறமையின் அடிப்படையில் பதவி உயர்வை அதிகாரிகள் வழங்கினார்கள். இதனால் இருபது, இருபத்தைந்து ஆண்டுகள் பணியாற்றியவர்களுக்குக்கூட, உதவிச் செயலர் ஆகும் வாய்ப்புப் பறிபோனது. மேலும், அதிகாரிகள் தங்களுக்கு வேண்டாதவர்களைத் திறமை இல்லாதவர்கள் என்றுகூறிப் பதவி உயர்வு வழங்க மறுப்பதற்கும், வேண்டியவர்களைத் திறமையுடையவர்கள் என்றுகூறிப் பதவி உயர்வு வழங்குவதற்கும் இது வாய்ப்பு ஏற்படுத்தும் என்றுகூறி அதிகாரிகளின் செயலைக் காமராசர் தடுத்தார்.

பணிமூப்பின் அடிப்படையில் பதவி உயர்வு வழங்கிட ஆவன செய்தார். மேலும், அதிகாரிகளைப் பார்த்து, "அந்தக் கண்காணிப்பாளர்கள் ஏறத்தாழ இருபது ஆண்டுகள் அரசில் பணிபுரிந்திருக்கிறார்கள். இந்த நிலையில் திறமையற்றவர்கள் என்றுகூறி அவர்களுக்குப் பதவி உயர்வு தர மறுப்பது நியாயமன்று. அரசு ஊழியர்களில் தவறான வழியில் பொருள் சேர்ப்பவர்கள்,

அரசுக்கு விரோதமான செயல்களில் ஈடுபடுபவர்கள் ஆகியோருக்குத் தண்டனை வழங்குவதை நான் வரவேற்கிறேன். அதுவும் அவர்கள் குற்றவாளி என்று நிரூபிக்கப்பட்ட பின்னரே அதற்கேற்ற தண்டனையை வழங்கவேண்டும். அதைவிடுத்து, திறமையற்றவர்கள் என்றோ வேறு நியாயமற்ற காணரங்களைக் கூறியோ அவர்கள் பதவி உயர்வு பெறுவதை நான் தடுக்க விரும்பவில்லை" என்று கூறியுள்ளார். நேர்மையாக இருந்ததுடன் மற்றவர்களும் நேர்மையாக இருப்பதற்கு இதன்மூலம் காமராசர் வழிகாட்டியுள்ளார்.

சட்டமா? மனமா?

சட்டமும் விதிமுறைகளும் மக்களுக்காக ஏற்பட்டவை. சட்டத்திற்காகவும் விதிமுறைகளுக்காகவும் மக்கள் இல்லை என்பது காமராசரின் கருத்து. பொதுமக்களுக்கு நன்மை செய்வதற்குத் தடையாக இருக்கும் சட்ட நடைமுறைகளை மாற்றியாவது அவர்களுக்கு நன்மை செய்ய விரும்பும் இயல்புகொண்டவர் காமராசர்.

இராமநாதபுரம் மாவட்டத்தில் தொடர்ந்து மழை பெய்தது. வெள்ளம் கரைபுரண்டு ஓடியது. பல ஏரிகள் உடைந்துவிட்டன. குடிசைகளை வெள்ளம் அடித்துச்சென்றது. மக்கள் தங்குவதற்கு இடமில்லாமல் அவதிப்பட்டனர். அப்போது காமராசர் முதல் அமைச்சராக இருந்தார்.

மழை வெள்ளத்தால் பாதிக்கப்பட்ட இடங்களைப் பார்வையிடுவதற்குக் காமராசர் சென்றிருந்தார். அவருடன் அரசு அதிகாரிகளும் போயிருந்தனர். அந்த மக்கள் தற்காலிகமாகத் தங்குவதற்கு ஏற்பாடு செய்தார். மக்கள் காமராசரைப் பார்த்ததும் தங்களில் ஒருவரைப் பார்ப்பதுபோல் அவரிடம் தங்களது குறைகளைச் சொன்னார்கள்.

அவர்களிடம், "உடனே உங்களுடைய தேவை என்ன?" என்று கேட்டார் காமராசர். அந்தக் கூட்டத்திலிருந்த முதியவர் ஒருவர் "ஐயா! எங்கள் குடிசைகளை வெள்ளம் அடித்துக்கொண்டு போய்விட்டது. குடிசை கட்டுவதற்குப் பணம் வேண்டும்" என்றார்.

"எவ்வளவு பணம் தேவைப்படும்?" என்று கேட்டார் காமராசர்.

அதற்கு அவர்கள் "நூறு ரூபாய் ஆகுமய்யா" என்றார்கள். அதைக்கேட்ட காமராசர், "அவ்வளவு ரூபாய் தேவையில்லை. ஐம்பது ரூபாய் வீதம் தரச்சொல்லட்டுமா?" என்று கேட்டார்.

அவர்கள் ஒருவருக்கு ஒருவர் பேசிக்கொண்டார்கள். "சரி ஐயா! ஐம்பது ரூபாய் கொடுங்கள்!" என்றார்கள். உடனே காமராசர் தம்முடன் வந்திருந்த அதிகாரியைப் பார்த்து, பணம் வழங்குவதற்கு ஏற்பாடு செய்யுங்கள் என்றார். அந்த அதிகாரி, "சென்னைக்குப் போய் வருவாய்த்துறை உறுப்பினர்களைக் கலந்து பேசி முடிவெடுக்க வேண்டும்" என்றார். காமராசருக்குக் கோபம் வந்தது. கோபத்தை மறைத்துக்கொண்டு புன்முறுவலுடன் "இதைச் செய்தவற்கு நீங்கள் சென்னைக்குப் போகவேண்டுமா? அதுவரை இந்த மக்கள் காத்திருக்கவேண்டுமா? அதெல்லாம் தேவையில்லை. இங்கேயே ஏற்பாடு செய்து பணம் கொடுங்கள். உள்ளூர் கஜானாவிலிருந்து பணத்தை எடுத்து ஐம்பது ரூபாய் வீதம் கொடுத்துவிடுங்கள்" என்று ஆணையிட்டார். வருவாய்த்துறை அதிகாரியும் இராமநாதபுரம் மாவட்ட ஆட்சியாளரும் கலந்து பேசி, பணத்திற்கு ஏற்பாடு செய்தார்கள். குடிசைகள் இல்லாமல் தவித்த மக்களுக்குப் பணம் கொடுத்து உதவினார்கள்.

எந்தச் செயலை எப்போது எப்படிச் செய்யவேண்டும் என்று தெரிந்த காமராசர் அப்படிச் செய்வதற்காகத் தேவைப்பட்டால் விதியை மீறவும் தயாராக இருந்தார் என்பதற்கு இந்த நிகழ்ச்சி ஓர் எடுத்துக்காட்டு.

தலைவரையே எதிர்க்கும் துணிவு

1935ஆம் ஆண்டு தமிழ்நாடு காங்கிரஸ் கட்சியின் தலைவராகச் சத்தியமூர்த்தி தேர்ந்தெடுக்கப்பட்டார். அவர் தலைவரானதும் காமராசரைச் செயலாளர் ஆக்கவேண்டும் என்றார். காமராசர் அதை விரும்பவில்லை. எனவே அவர், "எனக்குக் காங்கிரஸ் கட்சியின் செயலாளராக இருக்கும் தகுதி இல்லை" என்றார். அதைக்கேட்ட சத்தியமூர்த்தி, "உனக்குக் காங்கிரஸ் கட்சியின் செயலாளராக இருக்கும் தகுதி இல்லை என்றால் எனக்குத் தலைவராக இருக்கும் தகுதி இல்லை" என்றார். அதைக்கேட்ட காமராசர், செயலாளர் பதவியை ஏற்றுக்கொண்டார்.

அடுத்த ஐந்து ஆண்டுகளில் ஓர் அற்புதம் நிகழ்ந்தது. 1940ஆம் ஆண்டு காங்கிரஸ் கட்சியின் தலைவராகக் காமராசர் தேர்ந்தெடுக்கப்பட்டார். சத்தியமூர்த்தி செயலாளர் ஆனார். சத்தியமூர்த்தியின் வழிகாட்டுதலின் பேரில் தலைவரானவர் காமராசர். அவரே தமது தலைவர் சத்தியமூர்த்தியிடம் மன்னிப்புக் கடிதம் கேட்டு வாங்கிய நிகழ்ச்சியும் நடைபெற்றது.

சென்னை நகரின் மேயராக 1940ஆம் ஆண்டு சத்தியமூர்த்தி இருந்தார். அப்போது பூண்டியில் நீர்த்தேக்கம் அமைப்பதற்குச்

சென்னை மாநில ஆளுநராக இருந்த ஆர்தர் ஹோப் அடிக்கல் நாட்டினார். சென்னை நகரின் மேயர் என்ற முறையில் சத்தியமூர்த்தியும் அந்த நிகழ்ச்சியில் கலந்துகொண்டார்.

ஆங்கிலேயர் கலந்துகொள்ளும் எந்த விழாவிலும் காங்கிரஸ்காரர்கள் கலந்துகொள்ளக்கூடாது என்று அப்போது காங்கிரஸ் கட்சி கட்டுப்பாடு விதித்திருந்தது. அந்தக் கட்டுப்பாட்டை மீறி ஆங்கிலேயர் கலந்துகொண்ட விழாவில் சத்தியமூர்த்தியும் கலந்துகொண்டது தவறு என்று காமராசர் கருதினார். சத்தியமூர்த்தி தமது தலைவர் என்பதற்காக அந்தத் தவற்றைத் தட்டிக்கேட்காமல் இருக்க காமராசர் விரும்பவில்லை. "காங்கிரசின் கட்டுப்பாட்டை மீறி நீங்கள் ஆங்கிலேயர் கலந்துகொண்ட நிகழ்ச்சியில் பங்கேற்றது தவறு இல்லையா?" என்று கேட்டார்.

"நான் மேயர் என்ற முறையில் போயிருந்தேன்" என்றார் சத்தியமூர்த்தி.

"மேயராக இருந்தாலும் காங்கிரஸ்காரர்தானே? காங்கிரஸ் கட்டுப்பாட்டை மீறுவது என்ன நியாயம்? எனக்குக் கட்சிக் கட்டுப்பாடுதான் முக்கியம்" என்று கண்டிப்பாகக் கூறினார் காமராசர்.

சத்தியமூர்த்தி திகைத்துவிட்டார்.

"அதற்காக இப்போது என்னை என்ன செய்யச் சொல்கிறாய்?" என்று சத்தியமூர்த்தி கேட்டார்.

"செய்தது தவறு என்பதை ஒப்புக்கொண்டு மன்னிப்புக் கடிதம் எழுதிக்கொடுங்கள்" என்று கேட்டார் காமராசர். சத்தியமூர்த்தி வருத்தத்துடனேயே மன்னிப்புக் கடிதம் எழுதிக்கொடுத்தார்.

காங்கிரஸ் கட்சி மேலிடத்தார் காமராசரிடம் தொடர்புகொண்டு, "ஆங்கிலேயரின் நிகழ்ச்சியில் கலந்துகொண்ட சத்தியமூர்த்தியின் மீது என்ன நடவடிக்கை எடுத்தீர்கள்?" என்று கேட்டார்கள். அதற்குக் காமராசர் மன்னிப்புக் கடிதம் வாங்கியதைக் கூறினார். மேலிடம் அதன்பிறகு அதில் தலையிடவில்லை.

'அவரிடம் மன்னிப்புக் கடிதம் வாங்காமல் விட்டிருந்தால் தமிழ்நாடு காங்கிரஸ் தலைவர் என்ற முறையில் காமராசர் சிக்கலில் மாட்டியிருப்பார்' என்ற உண்மை சத்தியமூர்த்திக்குப் புரிந்தது. முதலில் வருத்தம் கொண்ட சத்தியமூர்த்தி பின்பு காமராசரைப் பாராட்டினார்.

ஆசானுக்கு ஆசான்

1940ஆம் ஆண்டில் சத்தியமூர்த்திக்குச் சென்னைப் பல்கலைக்கழகத் துணைவேந்தர் பதவி கிடைக்க இருந்தது. சத்தியமூர்த்திக்கு அந்தப் பதவியைப் பெறுவதற்கு விருப்பம் இருந்தது என்றாலும் அவரது மனத்தில் அந்தப் பதவியை ஏற்றுக்கொள்ளலாமா? கூடாதா? என்னும் ஊசலாட்டமும் இருந்தது. பல தலைவர்களிடம் கருத்துக்கேட்டார். அவர்கள், அந்தப் பதவியை ஏற்றுக்கொள்ளுமாறு சத்தியமூர்த்திக்கு ஆலோசனை கூறினார்கள். எந்தச்செயலிலும் முடிவெடுப்பதற்கு முன் காமராசரைக் கேட்காமல் சத்தியமூர்த்தி முடிவெடுப்பதில்லை. எனவே, காமராசரைப் பார்த்து "நீ என்ன நினைக்கிறாய்?" என்று கேட்டார்.

"இப்போது உள்ள நிலையில், இதை நீங்கள் ஏற்றுக்கொள்வது எனக்குச் சரியாகப்படவில்லை. இப்போது நடப்பது பிரிட்டிஷ் ஆட்சி. இந்த ஆட்சிக்கு எதிராக நாம் இயக்கம் நடத்திக் கொண்டிருக்கிறோம். நம்முடைய சர்க்கார் ஏற்பட்டு, அந்தச் சர்க்கார் மூலமாகத் தங்களுக்கு இந்தப் பதவி கிடைத்தால் அது நமக்குப் பெருமையாயிருக்கலாம்" என்றார் காமராசர்.

"இது பொலிட்டிக்கல் அப்பாயிண்ட்மெண்ட் இல்லையே" என்றார் சத்தியமூர்த்தி.

"இருக்கலாம்! ஆனாலும், சர்க்காரின் தொடர்பு இருக்குமே! அத்துடன் தனிநபர் சத்தியாகிரகம் இன்னும் சில நாட்களில் ஆரம்பமாகப் போகிறது. அதில் கலந்துகொள்ளாமல் இந்தத் துணைவேந்தர் பதவியை நீங்கள் ஏற்றுக்கொண்டால் தங்கள் அரசியல் வாழ்க்கை என்ன ஆவது?" என்று ஆலோசனை வழங்கினார் காமராசர். அவரது ஆலோசனையை அப்படியே ஏற்றுக்கொண்டார் சத்தியமூர்த்தி. அவர் துணைவேந்தர் பதவியை ஒதுக்கிவிட்டார்.

எதிர்த்து நிற்கும் இயல்பு

மரவக்காடு என்னும் ஊர் தஞ்சாவூர் மாவட்டத்தில் இருக்கிறது. அங்கே ஒரு பொதுக்கூட்டத்தில் காமராசர் பேசிக்கொண்டிருந்தார். அந்தப் பொதுக்கூட்டம் முடிந்ததும் காமராசர் அங்கிருந்து ஆறு மைல் தொலைவிலுள்ள தம்பிக்கோட்டை என்னும் ஊரில் நடைபெற இருக்கும் பொதுக்கூட்டத்தில் கலந்துகொள்வதற்குப் போகவேண்டும்.

அப்போது ஒரு பஸ் டிரைவர் மேடைக்கு வந்து காமராசரின் காதோடு, "தம்பிக் கோட்டைக்குப் போற வழியிலே உங்களை

மடக்கி அடிக்கிறதுக்கு ஏற்பாடு பண்ணியிருக்காங்க. நீங்க அந்தப்பக்கம் போகாதீங்க..." என்றார். "ஆகட்டும் பார்க்கலாம்" என்றுகூறி அந்த டிரைவரை அனுப்பிவிட்டார் காமராசர்.

கூட்டத்தில் இருந்தவர்களுக்கு அந்த டிரைவர் என்ன சொன்னார் என்பதைத் தெரிந்துகொள்ளும் ஆர்வம் மேலிட்டது. அதைப் புரிந்துகொண்ட காமராசர், "யாரோ தம்பிக்கோட்டைக்குப் போற வழியில என்னை மடக்கி அடிக்கப்போறாங்களாம். அடிக்கட்டுமே பார்க்கலாம்! இவங்களுக்குப் பயந்து கூட்டத்துக்குப் போகாம இருந்துட முடியுமா என்ன? நான் காரிலே போகப்போறதில்லை. நடந்தேதான் போகப்போறேன், தம்பிக்கோட்டை வரைக்கும் நீங்களும் கூட்டமா என்கூடவே வாங்க. அவங்க யாருங்கறதைப் பார்த்துடலாம்" என்று பேசினார். அவ்வளவுதான், கூட்டம் முடிந்தது.

கூட்டத்தினர் அனைவரும் பின்தொடர்ந்து செல்ல, காமராசர் முன்னால் நடந்தார். தம்பிக்கோட்டைக்குப் போகும் வழியில் சாலைக்குக் குறுக்கே கட்டையை போட்டு கட்டி வைத்திருந்தார்கள். அடிக்க வந்தவர்கள் பக்கத்தில் பதுங்கியிருந்தார்கள். காமராசர் கூட்டமாக வருவதைப் பார்த்ததும் அவர்கள் பயந்து ஓடிவிட்டார்கள்.

யாரை எப்படி எதிர்த்து நிற்க வேண்டுமோ அப்படி எதிர்த்து நிற்கும் இயல்புடன் செயல்பட்டதால் அன்று எதிரிகளை ஓடச்செய்தார் காமராசர்.

தெளிவு

தமிழ்நாடு முழுவதும் காமராசர் சுற்றுப்பயணம் செய்துகொண்டிருந்தபோது அப்பளம் தயாரிப்பவர்கள் காமராசரைப் பார்க்க விரும்பினார்கள். காமராசரும் அனுமதி கொடுத்தார். அவர்கள் கூட்டமாக வந்து, "அப்பளத்துக்கு மட்டும் ஆறு சதவீத விற்பனை வரி போடுறீங்களே! மற்ற உணவுப் பொருள்களுக்கெல்லாம் இரண்டு சதவீதம்தானே வரி போடுறீங்க!" என்று கேட்டார்கள்.

காமராசருக்கு அது அதிர்ச்சியாக இருந்தது. அப்பளத்துக்கு ஆறு சதவீத விற்பனை வரி என்பது அநியாயமாகத் தெரிந்தது. 'ஏழை மக்களின் கைத்தொழில் மூலம் உற்பத்தியாகும் பொருளுக்கு இவ்வளவு வரியா?' என்று சிந்தித்த அவர் சென்னைக்கு வந்ததும் தொடர்புடைய அதிகாரிகளைச் சந்தித்தார். அவர்களிடம் விற்பனை வரி பற்றிக்கேட்டார்.

"ஆமாம். பாக்கெட் செய்யப்பட்ட உணவுப் பண்டங்களுக்கு ஆறு சதவீதம் விற்பனை வரி என்று சட்டம் இருக்கிறது" என்றனர் அதிகாரிகள்.

அதைக்கேட்ட காமராசர், அந்த அதிகாரிகளிடம் பாக்கெட் உணவு வகைகளுக்கு விளக்கம் கொடுத்தார். 'அனைத்திந்திய அல்லது பெரிய அளவில் நிறுவனம் அமைத்து, பாக்கெட்களில் அடைத்து விற்பனை செய்யப்படும் உணவுப் பொருட்கள்தான் பாக்கெட் உணவு பொருட்கள். அப்பளம் பாக்கெட் உணவுப்பொருள் பட்டியலில் சேராது' என்று அவர்களுக்குத் தெளிவுபடுத்தினார்.

காமராசர் விளக்கிய பிறகுதான் அதிகாரிகளுக்கு உண்மை புரிந்தது.

வீரம்

திருச்சி மாவட்ட காங்கிரஸ் கட்சி, திருச்சியில் ஒரு பொதுக்கூட்டத்திற்கு ஏற்பாடு செய்திருந்தது. பல மாவட்டங்களைச் சேர்ந்த காங்கிரஸ் தலைவர்களும் காமராசரும் அதில் பங்கேற்க வந்திருந்தனர்.

மேடையில் காமராசர் பேசிக்கொண்டிருந்தார். அப்போது எதிர்க்கட்சியைச் சேர்ந்தவர்கள் மேடையை நோக்கி வெங்காய வெடிகளை வீசி எறிந்தார்கள். வெடிகள் வெடித்ததைக் கண்ட பொதுமக்கள் சிதறி ஓடினார்கள். அதைக்கண்ட காமராசர் கோபம் கொண்டார்.

"கூட்டத்திலே கலவரம் ஏற்படுத்த எண்ணாதே! வெடி குண்டுகளை வீசி, பொதுமக்களைப் பயமுறுத்தாதே! வீரம் உள்ளவர்களாக இருந்தால் என் நெஞ்சை நோக்கித் துப்பாக்கியால் சுடுங்கள்" என்று தமது சட்டையைத் திறந்து நெஞ்சைக் காட்டிப் பேசினார்.

"காந்தியடிகளைக் கோட்சே சுட்டுக்கொன்றான். அந்தப் பெருமை எனக்கும் கிடைக்கட்டுமே" என்று வீரத்துடன் பேசினார்.

காமராசர் கோபத்துடன் பேசியதைக் கண்டதும் அவர்கள் ஓடி விட்டார்கள். அவர்களின் நோக்கம் கூட்டத்தைக் கலைப்பதுதானே தவிர வேறு எதுவும் இல்லை.

காமராசர் தொடர்ந்து பேசி, கூட்டத்தை நிறைவு செய்தார். அன்று அந்தக் கூட்டத்தில் காமராசரின் வீரப்பண்பு வெளியானதை அனைவரும் கண்டு போற்றினர்.

முடியும் என்னும் நம்பிக்கை

காமராசர் முதல்வராக இருந்தபோது சென்னையிலுள்ள ரிசர்வ் வங்கிக்கு எதிரில் ஒரு சுரங்கப்பாதை கட்டுவதற்கு விரும்பினார். அந்தப் பாதை அமைந்தால்தான் சாலைப் போக்குவரத்து எளிதாக இருக்கும். இல்லையென்றால் மின்தொடர்வண்டி போகும்போதெல்லாம் பேருந்துகளும் பிற வாகனங்களும் நடந்து செல்வோரும் காத்திருக்கவேண்டிய சூழ்நிலை இருந்தது. இந்தத் தமிழக அரசின் திட்டத்திற்கு ஆகும் செலவை மத்திய அரசும் மாநில அரசும் பகிர்ந்துகொள்ள வேண்டும் என்று ஏற்பாடு.

சுரங்கப் பாதையைக் கட்டுதவற்கான அதிகாரிகளும் மத்திய அமைச்சரும், காமராசரும் கலந்தாலோசித்தார்கள். அந்தச் சுரங்கப்பாதையைப் பற்றி மத்திய அமைச்சர் பேசும்போது, ‘இந்தச் சுரங்கப்பாதையைக் கட்டி முடித்திடச் செலவு அதிகமாகும்’ என்றார்.

அதைக் கேட்டுக்கொண்டிருந்த காமராசருக்குக் கோபம் வந்தது. எரிச்சலுடன் அந்த அமைச்சரைப் பார்த்தார். “உட்காரய்யா! கட்டமுடியாதுன்னு சொல்லவா கான்ஃபரன்ஸ் போட்டோம்? எப்படியும் கட்டி முடிக்கிறதுக்குத்தான் இந்த மீட்டிங். ஏன் கட்ட முடியாதுன்னு காரணம் காட்டுகின்ற மீட்டிங் அல்ல இது! முடியாதுன்னு சொல்லவா நீங்க மந்திரி ஆனீங்க? மந்திரின்னா, எப்படிச் செய்துமுடிக்க முடியும்னு வழி தேடறவன். முடியாதுன்னு சொல்றவன் இல்லை. முடியாதுன்னு சொல்லவா டெல்லியிலே இருந்து இங்கே வந்தீங்க? அங்கே இருந்தே சொல்லலியிருக்கலாமே!

முடியாதாம் முடியாது... இதுக்கா ஜனங்க ஓட்டுப்போட்டாங்க? நீ பேசாம உட்காரய்யா! நான் ப்ரைம் மினிஸ்டர்கிட்டே பேசிக்கிறேன். எப்படியும் சுரங்கப்பாதை கட்டணும். அதுதான் முடிவு. எப்படின்னு டிஸ்கஸ் பண்ணி, விவரங்களை எடுத்துக்கிட்டு என்னை வந்து பாருங்க!” என்று சொல்லிவிட்டுப் போய்விட்டார்.

அந்தச் சுரங்கப்பாதை கட்டி முடிக்கப்பட்டுவிட்டது. இப்போதும் அந்தப்பாதை வழியாகப் பேருந்து செல்வதால் அந்தப்பகுதியில் போக்குவரத்து நெரிசல் ஏற்படுவதில்லை.

ஒரு திட்டத்தை அல்லது செயலைத் தொடங்கும்போது ‘முடியும்’ என்னும் நம்பிக்கையுடன் தொடர்ந்தால் அந்தச் செயல் முடியும். முடியாது என்னும் அவ நம்பிக்கையுடன் தொடர்ந்தால் அந்தச்செயல் முடியாமல் போவதற்கு வாய்ப்புண்டு என்பதை இந்த நிகழ்ச்சி விளக்குகிறது.

நீதி தவறாமை

காமராசரின் தங்கை பெயர் நாகம்மையார். அவரது பேரன் கதிர்வேலு என்பவர் ஒரு வழக்கில் சிக்கி, தண்டனை பெற்றார்.

அப்போது முதல்வராகக் காமராசர் இருந்தார். காவல்துறைக்கான அமைச்சராகக் கக்கன் இருந்தார். டயஸ் என்பவர் மதுரை மாவட்டக் காவல்துறைக் கண்காணிப்பாளராகப் பணியாற்றினார்.

அமைச்சர் கக்கனும் கண்காணிப்பாளர் டயஸும் ஒருநாள் காமராசரை சந்தித்தனர். "தங்கள் தங்கையின் பேரன் கதிர்வேலு என்பவர் சிறைத்தண்டனை பெற்றுள்ளார். அவரது தண்டனையைக் குறைத்திட நீங்கள் முயற்சி செய்யவேண்டும். எப்படியாவது உதவி செய்யுங்கள்" என்று கேட்டுக்கொண்டனர்.

அதற்கு காமராசர், "யார் தவறு செய்தாலும் தவறு என்பது தவறுதான். என் சகோதரியின் பேரன் கதிர்வேலு தவறு செய்தாலும் அவன் பெற்ற தண்டனையை அனுபவிக்கத்தான் வேண்டும்" என்று உறுதியாகக் கூறிவிட்டார்.

இத்தகைய நீதி தவறாத முதல்வரை நாடு இதுவரை சந்தித்திருக்குமா என்பதே ஐயம்தான். அந்த அளவிற்கு நீதி நேர்மையில் காமராசர் சிறந்து விளங்கினார்.

சொந்தப் பணத்தில் சம்பளம்

காமராசர் முதல்வராக இருந்தபோது அரசு அலுவல்களைக் கவனிக்கச் செல்வதற்குத் தமது சொந்தக்காரையே பயன்படுத்தி வந்தார். அந்தக் காருக்கு ஓட்டுநர் ஒருவர் வேண்டும் என்று அப்போது காவல்துறை உயர் அதிகாரியாக இருந்த அருள் அவர்களிடம் காமராசர் கேட்டார்.

ஆயுதப் போலீஸ் துறையில் ஓட்டுநராக இருந்த சுந்தரமூர்த்தி என்பவரைக் காமராசருக்கு ஓட்டுநராக அருள் அனுப்பிவைத்தார். காமராசரிடம் ஓட்டுநராக வந்த சுந்தரமூர்த்தி அங்கு வருவதற்கு முன் மாதந்தோறும் 98 ரூபாயைச் சம்பளமாகப் பெற்று வந்தார். ஓட்டுநராக வந்த சுந்தரமூர்த்தியிடம், "இனிமேல் உன் சம்பளத்தை நீ அரசாங்கத்திடமிருந்து பெறவேண்டாம்" என்று காமராசர் கூறிவிட்டார். அவர் ஏற்கனவே பெற்றுவந்த சம்பளத்துடன் ரூபாய் பன்னிரண்டைச் சேர்த்து 110 ரூபாயாகக் காமராசர் தமது சொந்தச் சம்பளத்திலிருந்து கொடுத்து வந்தார். காமராசர் முதலமைச்சராக இருந்த ஒன்பது ஆண்டுகளும் அவரே சம்பளம் கொடுத்தார் என்பது உலகம் அறியாத செய்தி ஆகும்.

கணக்கில் கறார்

1855ஆம் ஆண்டு தொடங்கப்பட்ட காங்கிரஸ் கட்சியின் பொன்விழா 1935ஆம் ஆண்டு நாடு முழுவதும் கொண்டாடப்பட்டது. அப்போது விருதுநகரிலும் பொன்விழாவைக் கொண்டாட வேண்டும் என்று காமராசர் விரும்பினார்.

விருதுநகரில் காங்கிரஸ் பொன்விழாவைக் கொண்டாடுவதற்கு விழாக்குழு அமைக்கப்பட்டது. அதன் வரவு செலவைக் கவனிப்பதற்கு முருக தனுஷ்கோடி நியமிக்கப்பட்டார். அவர் நவசக்தி என்னும் நாளிதழின் ஆசிரியராக இருந்தவர். காமராசரின் நெருங்கிய நண்பர்.

பொன்விழாக் கொண்டாட்டம் சிறப்பாக நடந்து முடிந்தது. வரவு செலவு கணக்கைச் சரிபார்ப்பதற்குப் பொன்விழாக்குழு கூடியது.

வரவு செலவு கணக்கில் 67 ரூபாய் மூன்று அணா வித்தியாசம் வந்தது. அதற்கு முருக தனுஷ்கோடியிடம் காமராசர் விளக்கம் கேட்டார்.

"எப்படியோ செய்த செலவை எழுத மறந்துவிட்டேன். என்மேல் நம்பிக்கை வைத்து வித்தியாசத் தொகையைத் தள்ளுபடி செய்துவிடுங்கள்" என்று முருக தனுஷ்கோடி வேண்டினார்.

அதற்குக் காமராசர், "பொதுப்பணத்தைப் பொறுப்பாகக் கையாள வேண்டும். அரைமணி நேரம் அவகாசம் தருகிறேன். கணக்கைச் சரியாக எழுதிக்கொடு. இல்லையென்றால், 67 ரூபாய் மூன்று அணாவைக் கட்டிவிடு" என்று ஆணையிட்டார். வேறு வழியில்லாமல் முருக தனுஷ்கோடியும் அந்தத் தொகையைக் கட்டினார். யாராக இருந்தாலும் பணத்திலும் கணக்கிலும் கறாராக இருக்கவேண்டும் என்பதை இதன்மூலம் காமராசர் உணர்த்தினார்.

சோடாவும் வேண்டாம்; கலரும் வேண்டாம்!

காமராசர் விருதுநகருக்குப் போகும்போது எப்போதாவது தம் தாயார் சிவகாமி அம்மையாரைப் பார்க்கப்போவார். அப்போது, நேரே 'கட...கட...'வென்று வீட்டுக்குள் போனதும் "என்னம்மா சௌக்கியமா?" என்று ஒரு கேள்வி கேட்டுவிட்டு அதற்குப் பதிலைக்கூட எதிர்பார்க்காமல் "நான் வரேம்மா" என்று சொல்லிவிட்டுப் புறப்பட்டுவிடுவார்.

மாதந்தோறும் 100 ரூபாயைத் தமது தாயாருக்குக் காமராசர் அனுப்பிக்கொண்டிருந்தார். அதையும் தனுஷ்கோடி நாடார் என்பவர்

மூலம்தான் அனுப்பிக்கொண்டிருந்தார். சில ஆண்டுகளுக்குப் பிறகு மாதந்தோறும் 120 ரூபாய் அனுப்பி வந்தார்.

காமராசர் முதல்வரான பிறகு, விருதுநகரிலுள்ள காமராசர் வீட்டுக்குப் பலர் போவதுண்டு. 'ஒரு மகனைப் பெற்று அந்த ஒரு மகனையும் நாட்டுக்காக அர்ப்பணித்துவிட்ட அந்தத் தாயைக் காணவேண்டும்' என்னும் நோக்கத்தில்தான் பல தலைவர்கள் சிவகாமி அம்மையாரைக் காணச் சென்றனர்.

விருந்தோம்பிப் பழக்கப்பட்ட சிவகாமி அம்மையாரால் அவர்களுக்கு எதுவும் கொடுக்காமல் அனுப்புவதற்கு மனம் இடம்தரவில்லை. எனவே, அவர்களுக்குச் சோடா வாங்கிக்கொடுத்தார். அதனால் காமராசர் அனுப்பி வந்த 120 ரூபாய் போதவில்லை. அதை விளக்கி, காமராசருக்கு ஒரு கடிதம் எழுதினார்.

"மகனே! நீ முதலமைச்சரான பிறகு என்னைப் பார்க்க பலர் வருகின்றனர். வீடு தேடி வருபவர்களுக்குச் சோடா, கலர் தருவதால் செலவு கூடுகிறது. இனிமேல் மாதம் 120 ரூபாய்க்குப் பதில் 150 ரூபாய் அனுப்பினால் நல்லது" என்று அந்தக் கடிதத்தில் குறிப்பிட்டிருந்தார்.

அதற்குக் காமராசர் எழுதிய பதில் கடிதம் இதோ:

"அம்மா! வீடு தேடி வருபவர்களுக்கு நீ சிரமப்பட்டுச் செலவழிக்க வேண்டியதில்லை. சோடா, கலர் தருவதை நிறுத்து. 120 ரூபாயிலேயே குடும்பத்தைச் சிக்கனமாக நடத்து" என்று எழுதியிருந்தார்.

விருதுநகரில் காமராசர் வாழ்ந்த வீட்டில் கழிவறை கிடையாது. அவரது வீட்டை ஒட்டிய இடம் விலைக்கு வந்தது. அதன் விலை மூவாயிரம் ரூபாய்தான். அந்த இடத்தை வாங்கினால் அதில் கழிவறை கட்டிக்கொள்ளலாம் என்றுகூறி காமராசரிடம் அவரது தாயார் மூவாயிரம் ரூபாய் கேட்டிருந்தார்.

அந்தக் கடிதத்திற்குப் பதில் கடிதமாகக் காமராசர் எழுதியதைப் பாருங்கள்.

"நீ கழிப்பறைக்கு இடம் வாங்க வேண்டும் என்கிறாய். ஊரில் உள்ளவன் நான் பங்களா வாங்கிவிட்டதாகச் சொல்லுவான். அப்படியே சிலர் பத்திரிகையிலும் எழுதுவார்கள். அதெல்லாம் வேண்டாம்" என்று எழுதிவிட்டார்.

சிக்கனமாகவும் எளிமையாகவும் வாழ விரும்பிய காமராசர் தமது தாயாரின் தேவையைக்கூட நிறைவேற்றவில்லை என்பது ஒன்றே அவரது எளிமையான நேர்மையான வாழ்க்கையை விளக்கும் அல்லவா?

ஜீவாவுக்குச் செய்த உதவி

ப. ஜீவானந்தம் தலைசிறந்த கம்யூனிஸ்ட் தலைவர்; கவிஞர். அவர் தாம்பரம் பகுதியிலுள்ள ஒரு குடிசையில் வாழ்ந்து வந்தார். தாம்பரத்தில் ஒரு தொடக்கப்பள்ளியைத் திறந்துவைப்பதற்குக் காமராசர் போனார். அப்போது தொண்டர்கள், ஜீவாவின் குடிசையைக் காட்டினார்கள்.

அங்கே சென்ற காமராசரே வியந்துபோனார். “இவ்வளவு எளிமையாக வாழ்கிறீர்களே?” என்று கேட்ட காமராசர் அங்கே வந்ததற்கான காரணத்தை விளக்கினார்.

ஜீவாவிடம் பேசி அவரது சம்மதத்தைப் பெற்று அவரை ஒரு நல்ல வீட்டில் குடியமர்த்துவதற்குக் காமராசர் ஏற்பாடு செய்தார். ஜீவா அவர்கள் பொதுமருத்துவமனையில் மரணம் அடையும் நிலையிலும் ‘காமராசருக்குப் போன் செய்யுங்கள்’ என்றுதான் கூறினாராம். இருவேறு துருவங்களாக இருந்தாலும் எளிமையிலும் தொண்டிலும் அன்பிலும் காமராசரும் ஜீவாவும் இணைந்தே இருந்துள்ளனர்.

ஜீவாவின் துணைவியாரும் பிள்ளைகளும் வறுமையால் வாடுவதைக் கேள்விப்பட்ட காமராசர், ஜீவாவின் துணைவியாருக்கு அரசு வேலை வழங்குமாறு ஆணையிட்டார்.

தம் சொந்தத் தாயின் துன்பத்தைப் போக்க விரும்பாத காமராசர் பிறர் துன்பத்தைப் போக்கச் செயல்பட்டதைக்கண்ட பொதுமக்கள் காமராசரைத் ‘தன்னலம் கருதாப் பொதுநலத் தொண்டர்’ என்று போற்றினார்கள்.

நட்பு

காமராசர் முதல்வராக இருந்தபோது அவரது பழைய நண்பரும் விடுதலைப்போராட்டத் தியாகியுமான ஒருவர் வந்தார். அவர் தம் இல்லத்திருமணத்திற்குக் காமராசரை அழைத்தார். அப்போது காமராசர், அவரைப் பற்றி விசாரித்தார். அவர் பேசும்போது அவரது குடும்பத்தில் வறுமை இருப்பது வெளிப்பட்டது. காமராசர் அதைப் புரிந்துகொண்டார்.

தமது உதவியாளரை அழைத்து அந்தத் திருமண நாளில் அவருக்கு வேறு நிகழ்ச்சி இருக்கிறதா என்று கேட்டார். அதன்பின், தமக்கு அந்த நாளில் வேறு நிகழ்ச்சி இருக்கிறது என்றுகூறிய காமராசர் வாழ்த்துக்களைத் தெரிவித்தார்.

அந்தத் தியாகி மனம் வருந்தினார். 'அந்த நாளில் விடுதலைக்காக ஒன்றாகப் பேராடியிருக்கிறோம். ஒரே சிறைச்சாலையில் அடைக்கப்பட்டிருக்கிறோம். இன்று அவர் பெரிய தலைவராகிவிட்டார். நமது வீட்டுக்கு வருவாரா?' என்று வருத்தத்துடன் அவர் போய்விட்டார்.

திருமண நாள் வந்தது.

அந்த ஊரில் தமது வசதிக்கேற்ப எளிமையாக அந்தத் தியாகி திருமணத்தை நடத்தினார். திடீரென்று அங்கே வந்த காரிலிருந்து காமராசர் இறங்கினார். தியாகியால் அவரது கண்களையே நம்ப முடியவில்லை. தியாகியின் கையைப் பற்றிக்கொண்டார் காமராசர். அவருடன் காமராசரும் மணமேடைக்கு அருகில் சென்றார். மணமக்களுக்கு வாழ்த்துக்கூறினார்.

அதன்பிறகு அந்தத் தியாகியிடம் காமராசர் காரணத்தைக் கூறினார்.

"நீ அழைப்பிதழ் கொடுத்த அன்றைக்கே நான் வருவதற்கு முடிவு செய்துவிட்டேன். ஆனால், நான் அப்போதே அதைச் சொல்லியிருந்தால், முதலமைச்சர் வர்றாருன்னு நீ கடனை வாங்கித் தடபுடலாகப் பண்ணியிருப்பாய். உன்னை மேலும் கடன்காரனாக்க நான் விரும்பவில்லை. இப்போது வந்துவிட்டேன். உனக்குத் திருப்திதானே!" என்றார்.

அதைக்கேட்ட அந்தத் தியாகி 'இப்படிப்பட்ட பெருந்தலைவரை நாம் தவறாக நினைத்துவிட்டோமே' என்று பெரிதும் வருந்தினார்.

ஒலி எழுப்பி மக்களை மிரட்டாதே!

1954ஆம் ஆண்டு ஏப்ரல் பதின்மூன்றாம் நாள் காமராசர் முதல்வர் பதவியேற்பு நிகழ்ச்சிக்குப் புறப்பட்டார். காமராசர் காரில் வந்து இறங்கியதும் அவரது காருக்கு முன்னால் இருந்த காவல்துறை வண்டியிலிருந்து 'உய்ங்.. உய்ங்..' என்னும் ஒலி எழுந்தது.

உடனே காமராசர் அந்த வண்டியிலிருந்த காவல்துறை அதிகாரியை அழைத்தார்.

"அது என்னய்யா சத்தம்?" என்று கேட்டார் காமராசர்.

"ஐயா! இது முதலமைச்சர் போகும்போது போக்குவரத்தை உஷார்ப்படுத்த எழுப்பப்படும் ஒலி. முன்னாள் முதல்வர்கள் புறப்படும்போதும் இப்படி ஒலி எழுப்புவோம்" என்றார் அந்த அதிகாரி.

"இதோ... பாருங்க... இதுக்கு முன்னால இந்தச் சம்பிரதாயமெல்லாம் இருந்திருக்கலாம். எனக்கு இதெல்லாம் வேண்டாம்னேன். சத்தம் போடாம போங்க. இந்தச் சத்தத்தைக் கேட்டு மக்கள் பயந்து ஓடப்போறாங்க. இப்படியெல்லாம் பண்ணாதீங்க" என்றார்.

எந்தச் சூழ்நிலையிலும் மக்கள் நலனை மட்டுமே காமராசர் நினைத்துக்கொண்டிருந்தார் என்பது இதன்மூலம் தெளிவாகிறது அல்லவா?

மதுரைக்குப் போ?

சென்னை நகரைச் சுற்றி, புறநகர்களை மேலைநாட்டு நகரங்களுக்கு இணையாக அமைக்கவேண்டும் என்று அதிகாரிகள் திட்டம் தீட்டினர். அதற்காக ஒரு குழுவை வெளிநாட்டிற்கு அனுப்புவதற்கு வேண்டிய ஏற்பாடுகளை அதிகாரிகள் செய்தனர். அதன்பின் அந்தக் கோப்பை, முதல்வர் காமராசரின் கையொப்பத்திற்காக அனுப்பினார்கள்.

கோப்பைப் படித்த காமராசர் வியந்தார். ஒரு நகரத்தை அமைப்பதற்குக்கூட நாம் மேலை நாட்டுக்குத் தான் போகவேண்டுமா? இந்தியாவில் தமிழ்நாட்டில் நகர அமைப்பே கிடையாதா? என்று சிந்தித்தார். அப்போது காமராசருக்கு மதுரை நகர அமைப்பு நினைவுக்கு வந்தது.

நகரின் நடுவில் மீனாட்சி அம்மன் ஆலயமும் அதைச்சுற்றி நான்கு பக்கமும் நேரான சாலைகளும் இணைப்புச் சாலைகளும் அமைந்திருப்பதையும் எண்ணிப் பார்த்தார். இதைவிடவும் சிறந்த அமைப்பு என்ன தேவையிருக்கிறது என்று கருதிய காமராசர், 'இதற்காக மேலைநாட்டு பயணம் தேவையில்லை. எக்காலத்துக்கும் ஏற்றாற்போல அமைக்கப்பட்டிருக்கும் நம் மதுரை நகருக்குச் சென்று கண்டு ஆய்வு செய்து வாருங்கள்' எனக் குறிப்பெழுதி அனுப்பினார்.

எதிலும் எளிமையை விரும்பும் காமராசர் அந்த எளிமையுடன் அழகும் மிளிரும்படி மதுரை நகர் அமைப்பைப் பின்பற்றச் சொன்னது அவரது சிந்தனைத் திறனுக்குச் சான்று தரும்.

பயிற்சி மருத்துவர்களுக்கும் ஊக்க ஊதியம்

மருத்துவக்கல்லூரிகளில் ஐந்து ஆண்டுகள் மருத்துவப் படிப்பு முடித்தவர்கள், அரசு மருத்துவமனைகளில் பயிற்சி மருத்துவர்களாக ஓராண்டு பணியாற்றுவார்கள். அவர்களுக்கு அப்போது ஊக்க ஊதியம் எதுவும் கொடுப்பதில்லை. அந்தப் பயிற்சி மருத்துவர்கள் தங்களுக்கு ஊக்க ஊதியம் வேண்டும் என்று காமராசர் முதல்வராக இருந்தபோது போராடினார்கள்.

பல விண்ணப்பங்களை உடல்நலத்துறை அமைச்சரிடம் கொடுத்தும் பயன் இல்லை. ஆகவே, அந்த மருத்துவர்கள் காமராசரைச் சென்று பார்த்தனர். தங்களுக்கு ஊக்க ஊதியம் வேண்டும் என்று கேட்டனர். உடனே காமராசர், "ஐந்து ஆண்டுகள் மருத்துவம் படித்த நீங்கள் அரசாங்கத்துக்கு ஓசியில் வேலை பார்க்கவேண்டாம். நீங்க போங்க, நான் பார்க்கிறேன்" என்று அனுப்பி வைத்தார்.

ஒரு வாரத்திற்குள் பயிற்சி மருத்துவர்களுக்கு மாதந்தோறும் 105 ரூபாய் ஊக்க ஊதியம் வழங்க ஆணை பிறப்பிக்கப்பட்டது.

நியாயம் என்று தோன்றும் செயலை எந்தத் தடை வந்தாலும் முயன்று முடிக்கும் ஆற்றல் கொண்டவர் காமராசர். மேலும், யாருடைய உழைப்பையும் சுரண்டக்கூடாது என்ற அவரது மேலான எண்ணமும் இந்நிகழ்ச்சியின் மூலம் வெளிப்படுகிறது.

மணிவிழாப் பரிசு

தமிழகத்தின் தனிப்பெரும் தலைவராக விளங்கிய காமராசர் அவர்களுக்கு 1963ஆம் ஆண்டு, அறுபதாம் வயதில் அவரது மணிவிழா சென்னை நகரில் மிகச்சிறப்பாக நடைபெற்றது.

அப்போது தலைவர் காமராசர் அவர்கள், தமிழகத்தின் முதலமைச்சராக இருந்தார். புத்தம் புது ஆடைகள் ஏதும் அணிந்துகொள்ளாமல், வழக்கம்போல் சலவை செய்த ஆடைகளையே அவர் அணிந்துகொண்டார். எளிமையாகவே ஏழ்மையின் சின்னமாகவே அவர், தமது மணிவிழாவின்போது காட்சியளித்தார்.

அந்த மணிவிழாவில் அவருக்கு வழங்கப்பட்ட பரிசு என்ன தெரியுமா? அறுபது கதர்ப் பைகளில் அறுபது கதர் வேட்டிகளும் அறுபது கதர்ச்சட்டைகளுக்கான துணிகளும்தான். அவற்றுடன் அறுபது மேல் துண்டுகளும், அறுபது கைக்குட்டைகளும் இருந்தன.

அற்புதமான மணிவிழாப் பரிசு அல்லவா? எந்தப் பொருளையும் பயன்படுபொருளாக இருந்தால் மட்டுமே பயன்படுத்திக்கொள்ளும் இயல்புகொண்டவர் காமராசர். எனவேதான் மணிவிழாப் பரிசாகத் தாம் பயன்படுத்தும் கதர் ஆடைகளையே அவர் பெற்றுக்கொண்டார்.

பெருந்தலைவர் காமராசர் அவர்கள் பல்வேறு விழாக்களில் பங்குகொள்வது உண்டு. அவ்விழாக்களில் அவருக்கு வழங்கப்படும் ஆடைகள், பொருள்கள் ஆகியவற்றைத் தாமே வைத்துக்கொள்ளவோ, விற்றுப் பணமாக்கவோ மாட்டார். அவற்றை ஏழை மக்களுக்குக் கொடுத்துவிடுவார். தேவைக்குமேல் வைத்துக்கொள்வதைத் திருட்டு என்று கருதும் காந்தியடிகளின் தொண்டரான காமராசர் தமது தேவைக்குமேல் எதையும் வைத்துக்கொண்டதே இல்லை. அவரது தேவையும் மிகவும் குறைந்த அளவே ஆகும்.

ஏழைப் பங்காளன்

வடஆர்க்காடு மாவட்டத்தில் ஓர் ஊரில் நடைபெற்ற பொதுக்கூட்டத்தில் காமராசர் கலந்துகொண்டார். அப்போது அவர், எதிரில் அமர்ந்திருந்த ஏழை மக்களைப் பார்த்து, “உங்களில் ஒரு ஏக்கர், இரண்டு ஏக்கர் நிலம் உடையவர்கள் யார், யார்?” என்று கேட்டார்.

ஒரு ஏக்கர் நிலம் உள்ள விவசாயி ஒருவர் எழுந்தார். காமராசர் அவரை அருகே அழைத்தார். “உங்களிடம் எவ்வளவு நிலம் இருக்கிறது?” என்று கேட்டார். அதற்கு அவர் “ஒரே ஒரு ஏக்கர்தானுங்க” என்று சொன்னார். அதற்குக் காமராசர் “அதிலே எவ்வளவு நெல் விவசாயம் செய்வீங்க” என்று கேட்டார். அதற்கு அந்த ஏழை விவசாயி “பத்துமூட்டை நெல் கிடைக்குங்க” என்று சொன்னார்.

காமராசர் மீண்டும் அந்த விவசாயியிடம், “நீங்க சொன்ன பத்து மூட்டைங்கறது உரம் போட்ட பிறகா, உரம் போடாமலா?” என்று கேட்டார்.

“உரம் போடாமதானுங்க” என்றார் அந்த விவசாயி.

“உரம் போடாம இம்புட்டு கிடைக்குதுன்னா உரம் போட்டா எம்புட்டு கிடைக்கும்” என்று கேட்டார் காமராசர்.

அதற்கு அந்த விவசாயி, “உரம் போட்டு நல்லா ஓழச்சா ஏக்கருக்கு இருபது மூட்டை நெல் வருமுங்க” என்றார்.

“உரம் வாங்குறதுக்கு அரசாங்கம் கடன் தரணும்னா எவ்வளவு பணம் வேண்டியிருக்கும்” என்றார் காமராசர். அதற்கு அந்த விவசாயி, “ஒரு நூற்றம்பது அல்லது இருநூறு ரூபாய் இருந்தா போதுமுங்க. நல்ல மகசூல் காணுமுங்க” என்று கூறினார். காமராசர் அந்த விவசாயியைத் தட்டிக்கொடுத்தபடியே, “சர்க்கார் இங்க கடன் குடுக்கறாங்களா, இல்லையா?” என்று கேட்டார்.

உடனே அந்த விவசாயி, “நான் எல்லாம் கடன் வாங்கறது இல்லைங்க. கடன் வாங்கணும்னா ரொம்பக் கஷ்டப்படணும்ங்க” என்றார். அதற்குக் காமராசர், “சர்க்கார் இனிமே ஒழுங்கா கடன் கொடுக்க ஏற்பாடு பண்றேன். அந்தப் பணமும் எந்தக் கஷ்டமும் இல்லாம கிடைக்கறதுக்கும் வழி செய்யறேன். அப்படிக் கிடைச்சா பத்து மூட்டை அதிகமா கிடைக்குமில்லையா?” என்று கேட்டார். மகிழ்ச்சியுடன் அந்த விவசாயி தலையாட்டினார்.

பொதுக்கூட்டங்களில் காமராசர் வார்த்தை ஜாலம் செய்வதில் வீண்பொழுது போக்குவதில்லை. எந்தப் பகுதியில் கூட்டம் நடைபெறுகிறதோ அந்தப் பகுதியிலுள்ள மக்களின் குறைகளை அறிந்து அவற்றைப் போக்குவதற்கே அவர் முயற்சி செய்தார். அரசாங்கம் இருப்பது நாட்டு மக்களுக்கு நல்லது செய்வதற்காகத்தான் என்ற குறிக்கோளைத் தமது ஆட்சிக்காலம் முழுவதும் காமராசர் பின்பற்றினார்.

அண்ணாவுக்கு ஆறுதல்

1967ஆம் ஆண்டு நடைபெற்ற பொதுத்தேர்தலில் திராவிட முன்னேற்றக் கழக வேட்பாளர் பெ.சீனிவாசன் என்னும் இளைஞர், காமராசரைத் தோற்கடித்தார். அப்போது திராவிட முன்னேற்றக் கழகத்தின் பொதுச்செயலாளராக இருந்து அதை வழிநடத்திச் சென்றவர் அறிஞர் அண்ணா.

1968ஆம் ஆண்டில் அண்ணாவுக்குத் தொண்டையில் புற்றுநோய் இருப்பதாக மருத்துவர்கள் தெரிவித்தார்கள். மருத்துவமனையில் அனுமதிக்கப்பட்டிருந்த அண்ணாவைக் காமராசர் நேரில் சென்று பார்த்தார். அண்ணாவிடம், ‘விரைவில் குணமாகிவிடும்’ என்று ஆறுதல் கூறினார். அவருக்கு மருத்துவம் செய்த மருத்துவர்களிடம் அண்ணாவின் நோய் பற்றிக் கேட்டார். அமெரிக்காவிற்கு அழைத்துச்சென்று மருத்துவம் செய்யும்படி ஆலோசனைக் கூறினார். அண்ணாவிடமும் வெளிநாட்டிற்குச் சென்று மருத்துவம் செய்துகொள்ளுமாறு வலியுறுத்தினார். பெருந்தலைவரின் ஆதரவான வார்த்தைகள் அண்ணாவைத்

திக்குமுக்காட வைத்தன. அவரால் பேச முடியவில்லை. சைகையால் நன்றிகூறினார்.

காமராசரின் ஆலோசனைப்படி அமெரிக்காவுக்குச் சென்று அண்ணா உடல்நலம் பெற்றுத் திரும்பினார். 1969ஆம் ஆண்டு அண்ணா மறைந்தார். அப்போது காமராசர், "தமிழ் மக்கள் வாழ்வு முன்னேறக் கடுமையாக உழைத்த நல்ல ஒரு தலைவனை நாடு இழந்துவிட்டது. திராவிட முன்னேற்றக் கழகம் நடுக்கடலில் தத்தளிக்கும் கப்பல்போல இருக்கிறது" என்று இரங்கல் செய்தி விடுத்தார்.

காசைக் கையில் வாங்காதவர்

1969ஆம் ஆண்டு நாகர்கோவில் நாடாளுமன்றத் தொகுதிக்கு நடைபெற்ற இடைத்தேர்தலில் காமராசர் போட்டியிட்டார். காமராசரை எதிர்த்து, சுதந்திராக் கட்சி சார்பில் டாக்டர் மத்தியாஸ் போட்டியிட்டார். அவருக்குத் திராவிட முன்னேற்றக் கழகம் ஆதரவு அளித்தது. பெருந்தலைவர் காமராசரிடம் கன்னியாகுமரி மாவட்ட மக்கள் கொண்டிருந்த அன்பு அந்தத் தேர்தலில் வெளிப்பட்டது. இலட்சக்கணக்கான வாக்கு வித்தியாசத்தில் காமராசர் வெற்றி பெற்றார்.

தேர்தலில் உழைத்த காங்கிரஸ் தொண்டர்களுக்கு நன்றி தெரிவிக்கும் கூட்டம் நாகர்கோவிலில் நடைபெற்றது. அந்தத் தேர்தலில் பொறுப்பாளராக இருந்து பணவரவு செலவுகளைக் கவனித்த பொருளாளர், அந்தப் பொதுக்கூட்ட மேடையிலேயே, தேர்தல் செலவு போக மீதம் இருந்த பணத்தைக் காமராசரிடம் கொடுத்தார். காமராசர் அந்தப் பணத்தை வாங்கவில்லை. அந்தப் பணம் காமராசரின் சொந்தப்பணம் அல்ல. எனவே, அப்போது காங்கிரஸ் கட்சித்தலைவராக இருந்த சி.சுப்பிரமணியத்திடம் கொடுக்கச் சொல்லிவிட்டார். அந்தப் பணத்தை வாங்காத காமராசர், "தமிழ்நாடு காங்கிரஸ் கட்சிக்குச் சொந்தமான 'சத்தியமூர்த்தி பவன்' கட்டுவதற்கு ஆன கடனை இந்தப் பணத்தைக் கொண்டு அடையுங்கள்" என்று தெரிவித்தார். உடல், உயிர், பொருள் அனைத்தையும் நாட்டுக்காகவும் காங்கிரஸ் கட்சிக்காகவும் அர்ப்பணித்த தலைவர் ஒருவர் உண்டு என்றால் அவர் பெருந்தலைவர் காமராசர்தான்.

தொண்டருள் தொண்டராய்

1955ஆம் ஆண்டு ஆவடியில் நடைபெற்ற காங்கிரஸ் மாநாட்டில் கலந்துகொள்வதற்கு வந்திருந்த நேரு, மேடைக்கு

வந்தார். அவர் மேடைக்கு வரும்போது அவரைப் பார்ப்பதற்குக் காங்கிரஸ் தொண்டர்கள் நெருங்கியபடி முன்னேறினார்கள். அவர்களை ஒரு காங்கிரஸ் தொண்டராக, காமராசர் தடுத்து நிறுத்தினார். தொண்டர்களை அமரச்செய்த பிறகுதான் அப்போது முதலமைச்சராக இருந்த காமராசர் மேடைக்குச் சென்றார் .

இதேபோன்ற நிகழ்ச்சிதான் 1972ஆம் ஆண்டிலும் நடைபெற்றது.

கன்னியாகுமரி வரை இரயில்தடம் அமைப்பதற்கான அடிக்கல்நாட்டு விழா, கன்னியாகுமரியில் நடைபெற்றது. இந்தியாவின் பிரதமராக இருந்த இந்திராகாந்தி அடிக்கல் நாட்டினார்.

காமராசர் அப்போது நாகர்கோவில் தொகுதியின் நாடாளுமன்ற உறுப்பினர். அந்த விழாவிற்கு வந்திருந்த காமராசர் மேடைக்குச் செல்லாமல் தொண்டர்களுடன் வந்து அமர்ந்துகொண்டார். 'இந்தத் தொண்டர்கள்தானே காங்கிரஸ் கட்சியின் வேராக இருக்கிறார்கள்; இவர்களுடனேயே இருக்கிறேன' என்று கூறினார். அனைவரின் வற்புறுத்தலுக்குப் பிறகு வேறு வழியில்லாமல் மேடைக்குச் சென்றார்.

தமிழ்நாடு காங்கிரஸ் கட்சியின் தலைவராகவும், தமிழ்நாட்டின் முதல்வராகவும், அகில இந்தியக் காங்கிரஸ் கட்சியின் தலைவராகவும் இரண்டு பிரதமர்களை உருவாக்கியவராகவும் விளங்கிய பெருந்தலைவர் காமராசர் தம்மையும் ஒரு தொண்டனாகத்தான் கருதினார். எனவேதான் அவர் தொண்டர்கள் வரிசையில் சென்றமர்ந்தார். அந்த எளிமையால்தான் இன்றும் அவர் இளைய தலைமுறையின் நெஞ்சங்களில் நிறைந்திருக்கிறார்.

இத்தகைய நல்ல பண்புகள் அனைத்தும் ஒருவரிடமா? என்று வியப்படைய வேண்டாம். இங்கே இடம் பெற்றிருப்பவை அவரது நற்செயல்களிலும் பண்புகளிலும் சில துளிகள்தாம். சொல்லாதவை கடலளவு உள்ளன.

காமராசர் மறைந்தார்

நாட்டிலுள்ள பஞ்சம், பசி, பட்டினி, பிணி, வேலையின்மை ஆகியவற்றைப் போக்குவது ஒரு கட்சிக்கு மட்டும் சொந்தமான வேலையல்ல, அரசாங்கத்தின் கடமை மட்டுமல்ல. மக்களுடைய பிரச்சனை: தேசியப் பிரச்சனை ஆகும்.

•●•

1967ஆம் ஆண்டு நடைபெற்ற தேர்தலில் விருதுநகரில் காமராசர் தோல்வியடைந்தார். அரசியலில் சாதியும் கொள்கையில்லாத கூட்டணியும் சேர்ந்து தியாகத்தையும் நேர்மையையும் மறைத்தன. தான் தோற்றுப்போனதால் காமராசர் துவண்டுவிடவில்லை. சுறுசுறுப்பாகவே செயல்பட்டார். அப்போது காமராசர், காங்கிரஸ் கட்சியினருக்கு விடுத்த அறிக்கை அவரது பெருந்தன்மையை விளக்குவது ஆகும்.

"ஆட்சிக்கு வந்திருப்பவர்கள் ஆள்வதற்குப் புதியவர்கள். ஓர் ஆறுமாதம் அவர்களுக்கு அவகாசம் தரவேண்டும். அவர்களைப் பற்றி ஏதும் குறைகூறிக் கொண்டிருக்கவேண்டாம். இந்த ஆறுமாத காலத்திற்குள் அவர்களது ஆட்சி எப்படி நாட்டுமக்களுக்குத் தொண்டாற்றுகிறது என்று பார்ப்போம். காங்கிரஸ் தொண்டர்கள் வாயைத் திறக்கவேண்டாம். போகப்போக அவர்கள் எப்படி ஆட்சி நடத்துகிறார்கள் என்று பொறுத்திருந்து பார்ப்பதுதான் அரசியல் தர்மம். ஜனநாயகத்துக்குப் பெருமை" என்று தெரிவித்தார்.

1967இல் நடைபெற்ற தேர்தலுக்குப் பிறகு 1969 ஆம் ஆண்டு நாகர்கோவில் நாடாளுமன்ற உறுப்பினராக இருந்த நேசமணி மறைந்ததால் அத்தொகுதிக்கு இடைத்தேர்தல் வந்தது. அத்தேர்தலில் போட்டியிட்ட காமராசர் வெற்றி பெற்றார். அதன்பிறகு 1971ஆம் ஆண்டு நடைபெற்ற பொதுத்தேர்தலிலும் காமராசர் நாகர்கோவில் தொகுதி நாடாளுமன்ற உறுப்பினராகத் தேர்ந்தெடுக்கப்பட்டார்.

நெருக்கடி நிலை

1971ஆம் ஆண்டு நடைபெற்ற பொதுத்தேர்தலுக்குப் பிறகு பிரதமராக இருந்த இந்திராவின் செயல்பாடுகள் பல தலைவர்களுக்குப் பிடிக்கவில்லை. காங்கிரஸ் கட்சியின் அடிப்படைக் கொள்கை கைவிடப்பட்டதாக அவர்கள் கருதினார்கள். ஆணவம் மேம்பட்டு நிற்பதையும் அதிகாரத்தைத் தவறாகப் பயன்படுத்துவதையும் கண்டனர்.

இந்தப் போக்கை எதிர்ப்பதற்கு ஜெயப்பிரகாஷ் நாராயணன் குரல் கொடுத்தார். ஜெயப்பிரகாஷ் நாராயணனின் இந்தக்குரல் இந்திரா காந்தியைச் சிந்திக்கத் தூண்டியது. எதிர்க்கட்சிகளும் ஜெயப்பிரகாஷ் நாராயணனின் இயக்கமும் இணைந்துகொண்டு தன்னை எதிர்ப்பதைக் கண்டார் இந்திராகாந்தி.

யாரையும் கலந்து ஆலோசிக்காமல் 1975ஆம் ஆண்டு ஜூன் மாதம் நெருக்கடி நிலையை இந்திராகாந்தி அறிவித்தார். நெருக்கடி நிலையின் முதற்கட்டமாக ஜெயப்பிரகாஷ் நாராயணன், மொரார்ஜிதேசாய், வாஜ்பாய், சந்திரசேகர், மதுலிமாயி முதலான தலைவர்கள் சிறையில் அடைக்கப்பட்டனர். தனி மனித சுதந்திரம் நசுக்கப்பட்டது.

இந்திரா காந்தியின் இந்த நடவடிக்கை காமராசருக்குத் துயரத்தைத் தந்தது. அயல்நாட்டு ஆக்கிரமிப்பு, போர், கலவரம் எதுவும் இல்லாத சூழ்நிலையில் ஜனநாயக நாட்டுக்கு நெருக்கடி நிலை தேவையில்லை என்பது அவருக்குத் தெரியும். நேருவின் மகளே இத்தகைய கொடுமையைச் செய்கிறாரே என்று உள்ளம் வருந்தினார்.

அனைத்துத் தலைவர்களும் சிறையில் இருக்கும்போது காமராசரிடம் பிரச்சனைக்குத் தீர்வு காண விரும்பி மரகதம் சந்திரசேகர் மூலம் இந்திராகாந்தி தூது அனுப்பினார். "தலைவர்களை விடுதலை செய்தால்தான் பேசமுடியும்" என்று காமராசர் கூறிவிட்டார்.

1975ஆம் ஆண்டு அக்டோபர் இரண்டாம் நாள் சிறையில் இருக்கும் தலைவர்களை விடுதலை செய்வதாக இந்திராகாந்தி கூறினார். ஆனால், இந்திராகாந்தி அக்டோபர் இரண்டாம் நாள் தலைவர்களை விடுதலை செய்யாமல் கிருபாளனியையும் கைது செய்ததாகச் செய்தித்தாள் தெரிவித்தது.

செய்தித்தாளைப் பார்த்த காமராசர் அதிர்ச்சியடைந்தார். அன்று காந்தி பிறந்தநாள். எனவே, தமிழ்நாடு காங்கிரஸ் கட்சியின்

தலைவர் பா.இராமச்சந்திரனும் தொண்டர்களும் காமராசர் இல்லத்தில் கூடினார்கள்.

பா.இராமச்சந்திரன் கட்சி நிலை பற்றி, காமராசரிடம் ஆலோசனை நடத்தினார். பதினொரு மணிக்குக் காமராசரை பத்திரிகையாளர்கள் சந்தித்தனர். அவர்களிடம் கிருபாளனி கைது செய்யப்பட்டதைப் பற்றி காமராசர் மிகவும் வருத்தத்துடன் கூறினார்.

நாட்டுக்கு நல்லது செய்வார் என்று நினைத்துத் தம்மால் பிரதமராக்கப்பட்ட இந்திராகாந்தி இப்படி நடந்துகொண்டாரே என்று எண்ணி உள்ளம் புழுங்கினார். இந்த நாட்டு மக்களையும் ஏழைகளையும் எவ்வாறு காப்பாற்றுவது என்ற ஏக்கம் அவர் உடல் முழுவதும் பரவியது. அகிம்சை வழியில் நாட்டுக்குச் சுதந்திரம் வாங்கினோம். இன்று அநியாய வழியில் அது செல்கிறதே என்று துடித்தார்.

எப்போதும்போல் அன்றும் பிற்பகல் இரண்டு மணிக்கு காமராசர் மதிய உணவை உண்டார். மதிய உணவுக்குப் பிறகு சிறிதுநேரம் ஓய்வெடுப்பது காமராசரின் வழக்கம். தமது அறைக்குச் சென்று சற்றுநேரம் தூங்கினார். அவரது உடல் முழுவதும் வியர்த்தது.

திடீரென்று எழுந்து உட்கார்ந்தார். தமது உதவியாளர் வைரவனை அழைத்தார். தலைவரின் குரலைக்கேட்டு வைரவன் ஓடிவந்தார். காமராசரின் உடல் வியர்த்து வடிவதைக் கண்டு அஞ்சினார். அருகிலிருந்த துணியை எடுத்து வியர்வையைத் துடைத்தார். மேலும்மேலும் உடல் வியர்த்தது.

“ஐயா இப்படி வியர்க்கிறதே! உடம்பு என்ன செய்கிறது?” என்று கேட்டார் வைரவன்.

“உடம்பு என்னமோ செய்கிறது” என்றார் காமராசர்.

“டாக்டருக்குப் போன் பண்ணட்டுமா?” என்று கேட்டார் வைரவன். “சரி” என்று சொன்ன காமராசருக்கு நெஞ்சு வலித்தது. உடலெல்லாம் மீண்டும் வியர்த்துக் கொட்டியது.

காமராசரின் உடல்நலத்தைக் கவனித்துக்கொள்ளும் டாக்டர் சவுரிராஜனை வைரவன் தொலைபேசியில் அழைத்தார். அவர் வீட்டில் இல்லை. வீட்டில் இருப்பவர்களிடம் காமராசரின் உடல்நிலையைச் சொன்னார். டாக்டர் ஜெயராமன் என்பவரும் காமராசருக்கு மருத்துவம் செய்து வந்தார். உடனே அவரைத்

தொலைபேசியில் தொடர்புகொண்டார். அவர், வீட்டில் இருந்தார். காமராசருக்கு வியர்த்துக்கொட்டுவதைப் பற்றிக் குறிப்பிட்டார். காமராசரிடம் தொலைபேசியைக் கொடுக்குமாறு டாக்டர் சொன்னார். தமது உடல்நிலையைப் பற்றி டாக்டரிடம் காமராசர் கூறினார். ஜெயராமன் உடனே புறப்பட்டு வருகிறேன் என்றார்.

அதற்குள் டாக்டர் சவுரிராஜனுக்கும் காமராசரின் உடல்நிலைப் பற்றிய செய்தி தெரிந்தது. அவரும் உடனே புறப்பட்டு வருவதாகத் தொலைபேசியில் தெரிவித்தார்.

காமராசர் படும் துன்பத்தைக் கண்ட வைரவன் தவித்தார். டாக்டர்கள் விரைவில் வரமாட்டார்களா என்று வெளியே பார்த்தார். டாக்டரை வாசலில் நின்று உடனே அழைத்துவரலாம் என்று நினைத்த வைரவன் வெளியே வந்தார். அப்போது பெருந்தலைவர், "வைரவா! விளக்கை அணைத்துவிட்டுப் போ" என்றார். அதுதான் பெருந்தலைவர் பேசிய இறுதிப்பேச்சு.

விளக்கை அணைத்துவிட்டு வெளியே வந்த வைரவன் டாக்டர்களை அழைத்துக்கொண்டு காமராசரிடம் சென்றார். அதற்குள் பொதுமருத்துவமனையின் தலைமை மருத்துவர் அண்ணாமலையும் வந்துவிட்டார். அனைவரும் காமராசர் படுத்திருந்த அறைக்குள் சென்றார்கள். படுக்கையில் படுத்திருந்த தலைவரைத் தொட்டுப் பார்த்தார்கள். எந்த அசைவும் இல்லை.

தியாகதீபம் அணைந்துவிட்டது. நாட்டுக்காக அலைந்து திரிந்த கால்கள் ஓய்ந்துவிட்டன.

ஆரவாரமில்லாமல் வாழ்ந்த அந்த அதிசய மனிதர் அமைதியாய் மறைந்துவிட்டார்.

தமிழகம் முழுவதும் செய்தி பரவியது. மாலைக்குள் இந்தியா முழுவதும் காமராசர் மறைந்த செய்தி தெரிந்தது.

பொதுமக்களும் அரசியல் கட்சித் தலைவர்களும் முதல்வர் கருணாநிதியும் மற்றவர்களும் காமராசரின் வீட்டுக்கு விரைந்து வந்தார்கள். காந்தி பிறந்தநாள் விழா நிகழ்ச்சிகள் ரத்து செய்யப்பட்டன. கடைகளும் திரையரங்குகளும் மூடின. பேருந்து போக்குவரத்து நின்றது. இந்தியாவே துயரத்தில் ஆழ்ந்தது. நாடு முழுவதும் இருந்து மக்கள் கூட்டம் சென்னையை நோக்கித் திரண்டுவந்தது. ஏழைப் பங்காளனை ஒருமுறை பார்த்துவிட வேண்டும் என்ற எண்ணத்துடன் அவர்கள் விரைந்து வந்தார்கள்.

திருமலைப்பிள்ளை சாலையில் இருந்த காமராசரின் இல்லத்தில் இந்தப் பெருந்திரளும் கூடியது. அதனால், காமராசரின் உடல் இராஜாஜி அரங்கிற்கு எடுத்துச்செல்லப்பட்டது. தெற்கே கன்னியாகுமரி முதல் வடக்கே டில்லிவரை உள்ள மக்கள் வந்து குவிந்த வண்ணமிருந்தனர்.

படித்தவர்களும் படிக்காதவர்களும் ஏழைகளும் செல்வந்தர்களும் தொழிலாளிகளும் முதலாளிகளும் என்று எல்லாத் தரப்பட்டவர்களும் வந்தார்கள். வந்தவர்களால் தங்கள் அழுகையை அடக்கமுடியவில்லை. பொங்கி அழுதார்கள். மண்ணில் புரண்டு அழுதார்கள்.

தனக்கென்று எதுவும் இல்லாத – யாரும் இல்லாத அந்தத் தங்கத் தலைவனுக்காகத் தொண்டர்கள் ஆயிரக்கணக்கில் தங்கள் தலைக்கு மொட்டைபோட்டார்கள்.

அக்டோபர் மூன்றாம்நாள் அனைத்து அலுவலகங்களுக்கும் பள்ளிகளுக்கும் விடுமுறை அளிக்கப்பட்டது. அன்று நடைபெறுவதாய் இருந்த தேர்வுகள் தள்ளிவைக்கப்பட்டன.

பிரதமர் இந்திராகாந்தியும் ஏனைய அமைச்சர்களும் பிற மாநில முதல்வர்களும் காமராசரின் இறுதிச்சடங்கில் கலந்துகொள்வதற்காக விரைந்து வந்தார்கள். அவர்களும் தமிழக ஆளுநர் கே.கே.ஷாவும்

தமிழக முதல்வர் கலைஞர் கருணாநிதியும் அமைச்சர்களும் அரசியல் தலைவர்களும் மலர் வளையம் வைத்து அஞ்சலி செலுத்தினார்கள்.

காமராசரின் உடல் பீரங்கி வண்டியில் ஏற்றப்பட்டது. தேசியக்கொடி போர்த்தப்பட்ட அந்தத் தேசியத்தலைவரைக் காண்பதற்கு மக்கள் வெள்ளம் அண்ணா சாலையை நிறைத்தது. இராஜாஜி அரங்கிலிருந்து பத்துக் கிலோமீட்டர் தொலைவிலுள்ள கிண்டியில் எரியூட்டுவதற்காகக் காமராசரின் உடல் கொண்டு செல்லப்பட்டது.

காமராசர் அஞ்சலி நிகழ்ச்சிகளை, வானொலி நேரடி ஒலிபரப்புச் செய்தது. வானொலிப் பெட்டிகளுக்கு அருகில் கோடிக்கணக்கான மக்கள் அஞ்சலி நிகழ்ச்சியைக் கேட்டுக்கொண்டிருந்தனர். இலட்சக்கணக்கான மக்கள் சென்னையில் திரண்டிருந்தனர். நிற்க இடமில்லாமல் மாடிகளிலும் மரங்களிலும் மக்கள் நின்றனர்.

மூன்று மணிநேரம் ஊர்ந்து சென்ற இறுதி ஊர்வலம் கிண்டியில் உள்ள காந்தி மண்டபத்தை அடைந்தது. இறுதிச்சடங்குகள் நடைபெற்றன. காமராசரின் உடலுக்கு அவரது தங்கை நாகம்மாளின் பேரன் எரியூட்டினார். அப்போது மக்கள் வெள்ளம் கண்ணீர் மழை பொழிந்தது; கதறி அழுதது.

காமராசரின் உடல் தமிழ் மண்ணோடு கலந்தது. அவரது சாம்பல் கன்னியாகுமரியிலும் ஏனைய புனித நதிகளிலும் கலக்கப்பட்டன. சென்னையில் காந்தி மண்டபத்திற்கு அருகில் காமராசர் நினைவு மண்டபத்தை அன்றிருந்த அரசு எழுப்பியது. அப்போது தமிழக முதல்வராக இருந்த கருணாநிதி, காமராசரின் சின்னமான கைராட்டையை அவரது நினைவிடத்தின் மேலே வைத்தார்.

கன்னியாகுமரியில் காமராசரின் புனிதச் சாம்பலைப் பொன்னப்ப நாடார், குமரி அனந்தன் முதலியோர் முக்கடல் சங்கமத்தில் கரைத்தனர். கன்னியாகுமரியில் காந்தி மண்டபத்திற்கு அருகில் காமராசரின் புனிதச் சாம்பல் வைத்த இடத்தில் தமிழக அரசு சனவரி 2002ஆம் ஆண்டு 'காமராசர் மணி மண்டபம்' அமைத்துள்ளது.

இந்திய அரசு காமராசரின் தொண்டையும் தியாகத்தையும் பாராட்டி அவருக்கு 1976ஆம் ஆண்டு 'பாரத ரத்னா' பட்டம் வழங்கி சிறப்பித்தது.

இரங்கல் செய்திகள்

தமது உடலாலும் உள்ளத்தாலும் இந்தியத் திருநாட்டுக்கு உழைத்த ஒப்பற்ற பெருந்தலைவர் காமராசரின் மறைவுக்கு அஞ்சலி செலுத்தும் வகையில் தலைவர்கள் விடுத்த இரங்கல் செய்திகள்:

காமராஜர் மரணத்தினால் விவேகம் நிறைந்த ஒரு பெருந்தலைவரை இந்தியா இழந்துவிட்டது.

பக்ருதீன் அலி அகமது
இந்தியக் குடியரசுத் தலைவர்

காமராஜர் அனைத்து மக்களின் மதிப்பையும் பெற்ற செல்வாக்கு மிகுந்த சிறந்த தலைவர். அவருடைய மறைவு ஈடுசெய்ய முடியாத பேரிழப்பாகும்.

இந்திராகாந்தி
இந்தியப் பிரதமர்

தலைவர் காமராஜருடைய திடீர் மறைவினால் நாடு முழுவதுமே மக்கள் தலைவரை, திறமையான நிர்வாகியை, இரும்பு உள்ளம் படைத்த மனிதரை, திடமான கொள்கைப் பிடிப்பு உள்ளவரை, இணையற்ற மதியூகியை, இராஜ தந்திரியை இழந்து நிற்கிறது.

கே.கே.ஷா
தமிழக ஆளுநர்

தியாகச்சுடர் அணைந்துவிட்டது. தமிழர்களின் நெஞ்சில் நீங்காத இடம் பெற்றவரும் தமிழ்நாட்டு முன்னேற்றத்துக்கும் இந்திய நாட்டு ஜனநாயகத்துக்கம் அரும்பாடுபட்டவருமான மாபெரும் தலைவர் ஒருவரை இழந்துவிட்டோம்.

மு. கருணாநிதி
தமிழ்நாட்டு முதல்வர்

காமராஜருடைய எளிய வாழ்வு, தூய நடவடிக்கை, அரசியல் அறிவாற்றல் ஆகியவை இந்த நாட்டின் வருங்காலச் சந்ததிகளுக்கு வழிகாட்டியாக அமைந்துள்ளன.

சி. சுப்பிரமணியம்
இந்திய நிதியமைச்சர்

சுதந்திரம் வந்த பிறகும் எளிமையாக வாழ்ந்த இனிய தலைவர் காமராஜர். அவர் மறைவினால் நம் நாடு சிறந்த தேசபக்தரை இழந்துவிட்டது. நான் என் நீண்டநாள் நண்பரை இழந்துவிட்டேன். அப்பழுக்கற்ற உள்ளமும் அணுவளவும் குறை சொல்லமுடியாத நேர்மையும் உடையவர் காமராஜர். அவர் மறைந்துவிட்டார். நான் என் உடலின் ஒரு பகுதியை இழந்துவிட்டதுபோல் துடிக்கிறேன்.

நிஜலிங்கப்பா

காமராஜரின் மறைவு அதிர்ச்சியை அளிக்கும் செய்தியாகும். இந்த அதிர்ச்சியிலிருந்து மீள்வது மிகவும் கடினமாகும்.

பக்தவச்சலம்

பாரதத் திருநாட்டின் காந்தியத் தூண்களுள் ஒன்று மறைந்துவிட்டது. தமிழ்நாட்டில் ஏழைக்குடியில் பிறந்து காந்தி, நேரு, இராஜாஜி ஆகியோர் போற்றுகின்ற வகையில் பெருந்தலைவராக வாழ்ந்த வரலாற்றைத் தமிழினத்திற்குத் தந்துவிட்டு சரித்திர நாயகன் காமராஜர் மறைந்துவிட்டார்.

ம.பொ.சிவஞானம்

தலைவர்கள் பார்வையில் காமராசர்

காமராசருடன் வாழ்ந்த தலைவர்கள் பல்வேறு சூழ்நிலைகளில் காமராசரைப் பற்றிக் கூறியவை இங்கே தொகுத்துத் தரப்பட்டுள்ளன.

ஜவகர்லால் நேரு

தளராத மக்கள் தொண்டும் தலை குனியாத கட்சித்தொண்டும் தலைவர் காமராஜ் அவர்களைத் தமிழக முதலமைச்சர் ஆக்கியுள்ளன. இவர் தமது மதிநுட்பத்தால் எதிர்காலத்தில் பாரதம் முழுவதையும் மேன்மையடையச் செய்வார்.

●

மக்கள் தொண்டில் காமராசரை ஒப்பாரைக் காண்பது அரிது. அவரை அறியும் வாய்ப்பு மட்டுமல்ல பழகும் வாய்ப்பும் எனக்குக் கிடைத்துள்ளது. அவருடன் பழகப்பழக எனக்கு அவரிடமுள்ள மதிப்பும் மரியாதையும் உயர்ந்துகொண்டே போகின்றன.

●

உண்மையான தலைவன் என்பதற்கு எடுத்துக்காட்டத்தக்கதோர் உதாரண புருஷன், மக்கள் மத்தியில் உருவான மக்கள் தலைவன், தான் ஏற்றுக்கொண்டுள்ள பொறுப்பை நிறைவேற்றத்தக்க ஆற்றல் கொண்ட ஒரு தலைவன், செயலில் தன்னை மறந்து ஈடுபட்ட நேர்மையான தலைவன் காமராஜர் சிலையைத் திறந்து வைக்கிறேன்.

●

இந்த நாட்டின் வரலாற்றிலும் காங்கிரஸ் வரலாற்றிலும் 'காமராசர் திட்டம்' ஒரு புதிய புரட்சிகரமான திருப்பத்தை ஏற்படுத்தியுள்ளது. அகில இந்திய காங்கிரஸ் கமிட்டியின் தலைவர் பதவிக்கு மிகவும் தகுதி படைத்தவர் நம்முடைய காமராசர்தான்.

●

இராஜேந்திர பிரசாத்

காமராஜ் அவர்களது ஆட்சியின் கீழ், தமிழ்நாடு பல துறைகளிலும் முன்னேற்றம் அடைந்திருப்பதை நான் பார்க்கிறேன். மற்ற மாநிலங்கள் தமிழ்நாட்டைப் பின்பற்ற வேண்டும் என்று நான் விரும்புகிறேன்.

•

லால்பகதூர் சாஸ்திரி

நான் பிரதமராவதற்கு மட்டுமன்று எனக்கு வழிகாட்டியாகவும் காமராஜர் விளங்குகிறார்.

போர்க்களத்தில் (இந்தியா – பாகிஸ்தான்) நமது ராணுவம் முன்னேறிக் கொண்டிருக்கிறது. அதற்குக் காரணம், மத்திய அரசு எடுத்த அரும்பணிகள்தான். அந்த நடவடிக்கைகளை எடுக்க, உதவியவை காமராஜர் கூறிய இராஜதந்திர யோசனைகள்தாம்.

போர் முனையில் எதிரிப் படைகள் பின்வாங்கி, நமது படைகள் முன்னேறியது, தலைவர் காமராஜர் அவர்கள் பாகிஸ்தான் – இந்தியப் போர்முனைப் பகுதிகளைச் சென்று பார்த்ததால் ஏற்பட்ட பயனே ஆகும். எனவே, பெருந்தலைவர் காமராஜர் எனது உடன்பிறவாச் சகோதரராக இருக்கிறார்.

•

இந்திராகாந்தி

காமராஜர் அவர்களுடன் நெருங்கிப் பழகிப் பணிபுரிவது என்பது ஒரு பாக்கியம். எளிமையும் தூய்மையும் வாய்ந்த அவரை, சென்னை மாநில மக்கள் முதல் அமைச்சராகப் பெறும் பாக்கியம் பெற்றனர்.

•

வினோபாபாவே

காமராஜர் உண்மையான மக்கள் தலைவர்; தலைசிறந்த காந்தி பக்தர்.

•

பெரியார்

தோழர்களே! நீங்கள் என் சொல்லை நம்புங்கள். இந்த நாடு உருப்பட வேண்டும் என்றால் இன்னும் பத்து ஆண்டுகளுக்காவது (1961) காமராசரை விட்டுவிடாமல் பிடித்துக்கொள்ளுங்கள். அவரது ஆட்சி மூலம் சுகமடையுங்கள். காமராசரைப் பயன்படுத்திக்கொள்ள நாம் தவறிவிட்டால் தமிழர்களுக்கு வாழ்வளிக்க வேறு ஆளே சிக்காது.

இன்றைய காமராசர் ஆட்சியில் நமது நாடு அடைந்த முன்னேற்றம் இரண்டாயிரம் மூவாயிரம் ஆண்டுகளில் என்றுமே நடந்ததில்லை. நமது மூவேந்தர்கள், அடுத்து நாயக்க மன்னர்கள், மராட்டிய மன்னர்கள், முஸ்லீம்கள், வெள்ளைக்காரர்கள் இவர்கள் ஆட்சியில் எல்லாம் நமது கல்விக்கு வகை செய்யப்படவில்லை. காமராசர் ஆட்சியில்தான் கல்வி வளர்ச்சியடைந்தது.

•

மொரார்ஜி தேசாய்

உண்மையில் காமராசர், கட்சியைப் பலப்படுத்த விரும்பினார். முதல்வராக இருப்பதால் கட்சிப் பணி பாதிக்கிறது என்று கருதினார். கட்சிப் பணிக்கு முழுமையாகத் தம்மை ஒப்படைப்பதற்காகத்தான் 'காமராசர் திட்டத்தை' அவர் முன்வைத்தார்.

•

ஏ. இலட்சுமணசாமி முதலியார்

மிக முக்கியமான பிரச்சனைகளைச் சமாளிப்பதில் காமராசருக்குள்ள துணிவையும் தீர்க்கதரிசனத்தையும் நான் பெரிதும் மெச்சுகிறேன்.

•

சர்.சி.பி. இராமசாமி ஐயர்

காமராசருக்குள்ள பகுத்தறிவின் வளத்தையும் ஒப்பற்ற அரசியல் மதி நுட்பத்தையும் நான் வெகுவாக வியந்து

பாராட்டுகிறேன். அவருக்கு இயல்பாகவே அமைந்திருக்கும் தலைமைத் தன்மையை இந்தியா இப்பொழுது ஒப்புக்கொண்டிருக்கிறது.

•

தெ.பொ.மீனாட்சி சுந்தரனார்

காமராசர் வெள்ளை வேட்டிச் சாமியார். குடியரசு அவருடைய மதம். கடவுளை எங்கும் கண்டு அன்பில் உருகி ஆழ்ந்து நம்மை ஆளும் இவர் ஆழ்வார்கள் வரிசையில் வைத்து எண்ணத்தக்கவர்.

•

இராஜாஜி

காமராஜர் விவேகமுள்ள தகுதி வாய்ந்த நாணயமான மனிதர்.

•

நிஜலிங்கப்பா

காமராசர் ஒவ்வொரு மனிதராலும் மதிக்கப்பட்டவர். எளிய பழக்கம், எளிய உடை அணிபவர். சிறந்த ஞானம் கொண்டவர். இறுதிமூச்சு உள்ளவரை நாட்டுக்காக உழைத்தார். தமது வாழ்வின் இறுதிக்காலத்தில் அவர் மகிழ்ச்சியாக இருக்கவில்லை.

•

காமராசர் பிற்படுத்தப்பட்ட வகுப்பிலிருந்து வந்தார். தியாகி சத்தியமூர்த்தியின் பேச்சாலும் பயிற்சியாலும் ஈர்க்கப்பட்டவர். தொண்டனாக இருந்து காங்கிரஸ் தலைவராக உயர்ந்தவர். தனது பணிகளை எல்லாரும் நினைவுகொள்ளும் விதத்தில் செய்பவர். முதலில் பிராமணர் அல்லாத அமைச்சரவையை அமைத்தார். சுதந்திர இந்தியாவில் சிறிய அமைச்சரவை அமைத்தது அவர்தான். அவரது அமைச்சரவையில் ஒரு பிராமணரைச் சேர்ப்பது நலம் என்று நானும், சீனிவாச மல்லையாவும் கூறியதன் காரணமாக

ஆர்.வெங்கட்ராமனை அமைச்சரவையில் சேர்த்தார். காங்கிரஸ் கட்சியின் காரியக் கமிட்டியில் பல ஆண்டுகள் உறுப்பினராக இருந்திருக்கிறார். பொது அறிவும், புத்திக்கூர்மையும், திறமையும் மிக்கவர். சென்னை மாநிலம் முன்னேறக் கடுமையாக உழைத்தவர். இரஜாஜிக்கு எதிரியாக விளங்கியவர்... காங்கிரஸ் தலைவர் என்ற முறையில் பிரதமராக நற்பணிகளைச் செய்து வெற்றிகரமான தலைவராக விளங்கினார்.

•

நியூயார்க் டைம்ஸ்

இந்தியாவின் வலிமை மிகுந்த மனிதர் திரு.காமராஜ். அரசியல் விஷயங்களைக் கையாளும் அவரது தனித்திறமையும் இந்தியத் தேசிய வாழ்வில் அவர் வகிக்கின்ற இடமும் இதற்கு எடுத்துக்காட்டு.

காமராசரின் வாழ்க்கைத் தடம்

1903 ஜுலை 15	–	காமராசர் பிறந்தார்.
1908	–	திண்ணைப் பள்ளிக்கூடத்தில் சேர்க்கப்பட்டார்.
1909	–	ஷத்திரிய வித்யாசாலையில் காமராசர் சேர்க்கப்பட்டார்.
	–	தந்தையார் குமாரசாமி காலமானார்.
1915	–	காமராசரிடம் அரசியல் ஆர்வம் ஏற்பட்டது.
1919	–	முழுநேரக் காங்கிரஸ் தொண்டரானார்.
1920	–	வேல்ஸ் இளவரசரின் இந்திய வருகைக்கு எதிர்ப்புத் தெரிவித்து, சென்னையில் நடந்த போராட்டத்தில் காமராசர் கலந்துகொண்டார்.
	–	ஒத்துழையாமை இயக்கத்தை நடத்த விருதுநகரில் ஒரு குழு ஏற்படுத்தி நடத்தினார்.
1921	–	காந்தியடிகளை முதன்முதலில் மதுரையில் பார்த்தார்.
1923	–	கள்ளுக்கடை மறியல் போராட்டத்தில் கலந்துகொண்டார்.
	–	நாகபுரிக் கொடிப்போராட்டத்திலும் பங்கேற்பு.
1924	–	காமராசர் சத்தியமூர்த்தி சந்திப்பு.
1926	–	காமராசர் காந்தியடிகள் சந்திப்பு.
	–	காமராசர் நேரு சந்திப்பு.
	–	சென்னையில் நடைபெற்ற காங்கிரஸ் மாநாட்டில் பங்கேற்பு.
	–	விருதுநகரில் இந்தியக் குடியரசு காங்கிரஸ் மாநாடு நடத்தினர்.

1927	–	ஜேம்ஸ் நீல் சிலை அகற்றும் போராட்டம் நடத்தினார்.
1928	–	சைமன் குழுவிற்கு எதிர்ப்பு.
	–	உப்புச் சத்தியாகிரகத்தில் பங்கேற்பு. முதன்முதலில் சிறையில் அடைக்கப்பட்டார்.
1931	–	சிறையிலிருந்து விடுதலை.
1933	–	காவல் நிலையங்களில் குண்டு வீசியது முதலிய சதி வழக்குகளில் கைது செய்யப்பட்டுச் சிறையில் அடைக்கப்பட்டார்.
1936	–	தமிழ்நாடு காங்கிரஸ் கட்சியின் செயலாளராகப் பதவியேற்றார்.
1937	–	விருதுநகர் நகராட்சிமன்றத் தேர்தலில் ஏழாவது வார்டில் வெற்றி பெற்றார். சட்டமன்றத் தேர்தலில் விருதுநகரில் வெற்றி பெற்றார்.
1940	–	தமிழ்நாடு காங்கிரஸ் கட்சித் தலைவராகத் தேர்ந்தெடுக்கப்பட்டார்.
1941	–	யுத்த நிதிக்கு எதிர்ப்புத் தெரிவித்துப் போராட்டம் நடத்தினார். கைதுசெய்யப் பட்டுச் சிறையில் அடைக்கப்பட்டார்.
1942	–	சிறையிலிருந்து விடுதலை.
	–	'வெள்ளையனே வெளியேறு' போராட்டத்தில் கலந்துகொண்டு சிறைத்தண்டனை பெற்றார்.
1945	–	சிறையிலிருந்து விடுதலை பெற்றார்.
		மீண்டும் தமிழ்நாடு காங்கிரஸ் கட்சியின் தலைவர்.
	–	சென்னை மாநிலச் சட்டமன்றத் தேர்தலில் சாத்தூர் – அருப்புக் கோட்டைத் தொகுதியில் வெற்றி பெற்றார்.
	–	காந்தியடிகளின் தமிழக வருகையின்போது அவருடன் சென்றார்.
1947	–	அகில இந்திய காங்கிரஸ் கட்சியின் செயற்குழு உறுப்பினர் ஆனார்.
1948	–	மீண்டும் தமிழ்நாடு காங்கிரஸ் கட்சியின் தலைவர்.

1950	– மீண்டும் தமிழ்நாடு காங்கிரஸ் கட்சியின் தலைவர்.
1952	– திருவில்லிபுத்தூர் நாடாளுமன்றத் தொகுதியில் வெற்றி பெற்றார்.
	– சென்னை மாநில முதல்வராக இராஜாஜி வருவதற்கு முயற்சி செய்தார்.
	– மீண்டும் காங்கிரஸ் கட்சித்தலைவர் ஆனார்.
1954	– தமிழ்நாட்டின் முதல்வர் ஆனார்.
	– குடியாத்தம் சட்டமன்றத் தொகுதியில் வெற்றி பெற்றார்.
1955	– ஆவடியில் அகில இந்திய காங்கிரஸ் மாநாட்டை நடத்தினார்.
1956	– மதிய உணவுத் திட்டத்தை அறிமுகம் செய்தார்.
	– தமிழ் ஆட்சிமொழி சட்டம் நிறைவேற்றினார்.
1957	– மீண்டும் தமிழ்நாட்டின் முதலமைச்சரானார்.
1960	– பதினோராம் வகுப்புவரை இலவசக் கல்வித் திட்டத்தை அறிமுகம் செய்தார்.
1961	– காமராசர் சிலையைச் சென்னையில் நேரு திறந்து வைத்தார்.
1962	– மீண்டும் தமிழ்நாட்டின் முதலமைச்சரானார்.
1963	– காமராசர் திட்டத்தை அறிமுகம் செய்தார். காமராசர் திட்டத்தின்படி முதல் அமைச்சர் பதவியிலிருந்து விலகினார்.
	– அகில இந்திய காங்கிரஸ் கட்சியின் தலைவர் ஆனார்.
1964	– புவனேசுவரத்தில் நடைபெற்ற அகில இந்திய காங்கிரஸ் கட்சி மாநாட்டிற்குத் தலைமை தாங்கினார்.
	– நேரு மறைந்தார். லால் பகதூர் சாஸ்திரி பிரதமராவதற்கு ஏற்பாடு செய்தார்.
1965	– இந்திய பாகிஸ்தான் போர் முனைக்கு நேரில் சென்றார்.

1966	– லால் பகதூர் சாஸ்திரி மறைந்தார். இந்திராகாந்தி பிரதமராவதற்கு ஏற்பாடுகள் செய்தார்.
	– அயல்நாடுகளில் சுற்றுப்பயணம் மேற்கொண்டார்.
1967	– விருதுநகர் சட்டப்பேரவைத் தொகுதியில் தோல்வியடைந்தார்.
	– இரண்டாம் முறையாக இந்திராகாந்தி பிரதமர் ஆவதற்கு ஏற்பாடுகள் செய்தார்.
	– அகில இந்திய காங்கிரஸ் கட்சித்தலைவர் பதவியிலிருந்து விலகினார்.
1969	– நாகர்கோவில் நாடாளுமன்ற இடைத்தேர்தலில் வெற்றி பெற்றார்.
	– தாயார் சிவகாமி அம்மையார் காலமானார்.
1971	– மீண்டும் நகார்கோவில் நாடாளுமன்றத் தொகுதியில் வெற்றி பெற்றார்.
1975 அக்டோபர் 2	– காமராசர் மறைந்தார்.
1976	– பாரத ரத்னா விருது வழங்கப்பட்டது.
2002 - 2003	– காமராசர் நூற்றாண்டு.